मेघ

रणजित देसाई

मेहता पब्लिशिंग हाऊस

◆ *या पुस्तकातील लेखकाची मते, घटना, वर्णने ही त्या लेखकाची असून त्याच्याशी प्रकाशक सहमत असतीलच असे नाही.*

MEGH by RANJEET DESAI

मेघ : रणजित देसाई / कथासंग्रह

© मधू शिंदे व पारु नाईक

मराठी पुस्तक प्रकाशनाचे हक्क मेहता पब्लिशिंग हाऊस, पुणे.

प्रकाशक   : सुनील अनिल मेहता, मेहता पब्लिशिंग हाऊस,
१९४१, सदाशिव पेठ, माडीवाले कॉलनी, पुणे – ३०.

प्रकाशनकाल : जानेवारी, १९८९ / जुलै, २००५ / फेब्रुवारी, २००९ /
पुनर्मुद्रण : मे, २०१३

ISBN 81-7766-564-2

निवेदन

आज मेहता पब्लिशिंग हाऊस तर्फे माझे काही कथासंग्रह प्रकाशित होत आहेत. तसे पाहिले तर या कथा नवीन नाहीत. या पूर्वी 'जाण' व 'कणव' हे माझे दोन कथासंग्रह प्रकाशित झाले होते. बरीच वर्षें हे दोन्ही कथासंग्रह उपलब्ध नाहीत. त्यातील कथा एकसंध नव्हत्या. कथासंग्रह जरी मोठे होते तरी त्यांचे रूप मिश्र होते. आज सामाजिक कथा, ग्रामीण कथा, संगीतप्रधान कथा, निसर्ग कथा अशा वेगवेगळ्या कथा निवडून वेगवेगळ्या कथासंग्रहात समाविष्ट केल्या आहेत.

ह्या कथांची निवड करण्यामध्ये माझे मित्र कमलाकर दीक्षित आणि डॉ. आनंद यादव यांचा मोठा सहभाग आहे.

हे कथासंग्रह वाचकांना आवडतील अशी अपेक्षा आहे.

जानेवारी १९८९   **रणजित देसाई**

अनुक्रम

शपथ

सावंतवाडीच्या वाटेला चंदगड गाव लागतं. चंदगडपासून पाच-सात मैलांवर हेरे गाव जंगलाच्या गईत वसलं आहे. गावची वस्ती हजार-दीड हजारावर आहे. घाटमाथ्यावरील आजूबाजूच्या पाच-पन्नास खेड्यांत हेरे मोठं आहे. त्याचं कारण एवढंच की, हेऱ्यापर्यंत मोठा रस्ता आहे. तेथून पुढे रामघाट, पारगड वगैरे भागाला बैलगाडीनं नाहीतर पायवाटेनंच जावं लागतं. त्या साऱ्या भागातील कोकणी लोक त्यामुळे हेऱ्यालाच आठवड्याच्या बाजाराला येतात. हेऱ्याचं एक मोठं वैशिष्ट्य आहे. ते म्हणजे माटेकराचं देवस्थान. माटेकराचं देवस्थान इतकं मोठं आहे की, त्या देवाचं नाव जरी कोणी बोलता बोलता घेतलं तरी माणसं कापू लागतात. गावात कुठलाही भांडण-तंटा निघाला तर माटेकराच्या शपथेनं त्याची कैक वेळेला समाप्ती होते. माटेकर देवस्थानची जशी या गावावर सत्ता आहे, तसाच एका व्यक्तीचा पण अधिकार ह्या गावावर मोठा आहे. तात्या बामनाच्या झोपडीवजा घराकडं आजही या गावात आदरानं पाहिलं जातं. माटेकराच्या पूजेला गुरव असूनही, माटेकराची पूजा-अर्चा, गाऱ्हाणं, त्याचा अर्थ, सारं काही तात्याच जाणू शकतात.

गांधीवधानंतर देशावरची जाळपोळ कोकणातसुद्धा पोचली. तेव्हा गावच्या नवीन रक्ताच्या पोरांनी त्या हुल्लडबाजीत तात्याचं गावातलं वडिलोपार्जित घरसुद्धा धडधडा पेटवलं; तात्या त्यामुळे कधीच चिडले नाहीत. वैतागले नाहीत. जणू काही आपलं दुसरं घरच या गावात नव्हतं असंच त्यांनी दाखवलं. घर जळल्यावर ते एवढंच म्हणाले, 'जे माटेकराच्या मनात होतं तेच झालं.'

तात्यांच्या वयाचा अंदाज नक्की सांगणं कठीण आहे. गावातले जे म्हातारे आहेत, त्यांना तात्यांनी अंगावर खेळवल्याचं आठवतं. हातात पळी-फुलपात्र घेऊन पंचा नेसलेली, शाल पांघरलेली, आडवं गंध लावलेली तात्यांची पिवळी– धमक मूर्ती जेव्हा भर बारा वाजता माटेकराच्या पूजेसाठी आंबराईच्या दिशेनं अनवाणी चालू लागते, तेव्हा म्हातारे-कोतारे देखील उठून उभे राहतात. त्यांच्या अंगाखांद्यावरची पोरं मोठ्या कौतुकाने तात्यांच्या डोक्यावरचा मोठा पांढरा घेरा व त्या घेऱ्यामधून निघालेली मानेवर रुळणारी लांबलचक शेंडी मोठ्या कौतुकाने पाहतात.

तात्या लवकरच स्नान व संध्या आवरून, कपडे करून घराबाहेर पडायच्या

तयारीत होते. आदल्या रात्री सावकारांच्या घरी झालेल्या सत्यनारायण पूजेची उत्तरपूजा तात्यांना करायची होती. त्यासाठीच पहाटेपासून तात्यांची धांदल उडाली होती. जानव्यातल्या किल्लीनं घराचं कुलूप बंद करून तात्या मागे वळणार तोच त्यांचं लक्ष त्यांच्या घराच्या दिशेने येणाऱ्या पाच-सहा व्यक्तींच्याकडं गेलं. किंचित डोळे किलकिले करून तात्यांनी पाहिलं तो त्या येणाऱ्या व्यक्तींमध्ये आप्पा सावकार त्यांना दिसले. त्यांना सामोरे जात तात्या म्हणाले,

'मलाच बोलवायसाठी आलात वाटतं?'

'हो' सावकार म्हणाले.

'आपल्याकडेच निघालो होतो. चला जाऊ या!' सावकाराचे डोळे क्षणभर तात्यांच्यावर रोखले गेले आणि घोगऱ्या आवाजात ते म्हणाले, 'नाही तात्या, जरा काम आहे तुमच्याकडे.'

तात्यांना तो आवाज, त्या लोकांच्या मुद्रा, काही निराळ्याच वाटल्या. काही न बोलता तात्यांनी परत आपल्या घराचं कुलूप काढलं. तात्यांच्या पाठोपाठ सारे आत गेले. खुंटीवरचं घोंगडं पसरून ते सावकारांना म्हणाले, 'बसा, काय काम होतं? बोला!'

सावकार म्हणाले, 'तात्या, घरी चोरी झाली.'

'चोरी? आणि केव्हा?'

'काल पूजेच्या वेळी कळसावर घातलेली पुतळ्याची माळ. ती कुठं नाहीशी झाली.'

'असं कसं होईल?'

'तेच समजत नाही. काल तुम्ही पूजा करून गेला, त्यानंतर सकाळी मीच उत्तरपूजेच्या तयारीसाठी देवघराचं दार उघडलं. तुमच्याशिवाय कोणीसुद्धा त्या पूजेला शिवलं नाही.'

तात्यांचा चेहरा पांढरा-फटफटीत पडला. ते म्हणाले, 'सावकार, म्हणजे ती पुतळ्याची माळ मी घेतली आहे, असं तुम्हाला म्हणायचंय काय?'

'तेच विचारण्यासाठी आम्ही आलोय्,' सावकार म्हणाले. 'तात्या, कित्येक वेळेला माणसाला मोह होतो. हे प्रकरण पुढं जायच्या आत मिटलं तर मला आनंद वाटेल.'

तात्या कडाडून म्हणाले, 'सावकार, तुम्ही शुद्धीत दिसत नाही. आजवर माझा एवढा मोठा अपमान कुणी केला नाही. मी तुमच्याएवढा श्रीमंत नसेन, पण असले आरोप मी कधीही सहन करणार नाही.'

'म्हणजे? पुतळ्याची माळ तुम्ही घेतली नाही, असं तुम्हाला म्हणायचंय?' सावकारांनी विचारलं.

'हो! मी तुमच्या पुतळ्याच्या माळेला स्पर्शदेखील केला नाही.'

'तात्या, असल्या बोलण्यानं मी दबायचा नाही. छोटी बाब असती तर मी

तिकडे दुर्लक्ष केलं असतं. पण पन्नास पुतळ्यांची ही बाब आहे. बच्या बोलानं तुम्ही माझा ऐवज मला द्यावा हे बरं. माझी खात्री आहे की, तो ऐवज तुमच्याकडेच आहे. त्यासाठीच ह्या पंचांना मी इथं घेऊन आलो आहे.'

तात्यांनी पंचांवरून नजर फिरवली. साऱ्यांनी खाली माना घातल्या होत्या. तात्यांचं अंग कापत होतं. त्यांचे डोळे भरून आले होते. ते सद्गदित आवाजात म्हणाले, 'पंचानो, इतके दिवस तुम्ही मला पाहता. स्वप्नात तरी तुम्हाला कसं खरं वाटलं की, मी चोरी करीन म्हणून? कोण आहे माझं म्हणून मी ते पापकर्म करू? आजवर आयुष्यात कधी तात्यानं कुणाचा सुतळीचा तोडादेखील फुकट घेतला नाही. माझं घर गावात धडाधडा पेटलं तरी मी अक्षर बोललो नाही आणि तोच मी ह्या वयात हे कर्म करीन, असं वाटलं तरी कसं?'

तात्या स्फुंदून स्फुंदून रडत होते. त्यांना समजावण्याचं धाडस एकाही पंचाच्या अंगी नव्हतं.

सावकार छद्मीपणाने हसून म्हणाले, 'तात्या, बच्या बोलानं तुम्ही माळ द्यावी हे बरं. रडून काही फायदा व्हायचा नाही.'

ते ऐकताच तात्यांच्या डोळ्यांतलं पाणी कुठच्या कुठं पळालं. ते संतापानं थरथरत म्हणाले, 'काय केलं म्हणजे तुम्हांला पटेल? हवी तर माटेकराची शपथ घेतो. पण ह्या म्हाताऱ्यावर, आजवर त्यानं काढलेल्या दिवसांवर हा कलंक लावू नका.'

माटेकराचं नाव घेताच सावकार स्तब्ध झाले.

पंच म्हणाले, 'सावकार, चोरी झाली असेल तुमच्या घरी. पण तात्यांसारखा माणूस ते करायचा नाही. विचार करा.'

सावकार म्हणाले, 'तात्यानं माटेकराची शपथ दिली तर माझं काही म्हणणं नाही.'

शेवटी शपथ करायची ठरली आणि पंच व सावकार घराबाहेर पडले. तात्या सुन्न होऊन तिथेच उंबऱ्यावर मटकन बसले. तात्यांची सारी विचारशक्तीच त्या धक्क्यानं बधीर झाली होती. आजवर अनेक धक्के तात्यांनी सहन केले. पण हा धक्का सहन करणं त्यांना अशक्य होतं. त्यांनी दाराला आतून कडी घातली आणि उभ्याउभ्या, अंथरलेल्या घोंगड्यावर अंग टाकून दिलं. सुन्न होऊन भकास नजरेनं ते आढ्याकडे पाहात पडले.

वाऱ्यासारखी ही बातमी गावात पसरली. कुणाला ते खरंसुद्धा वाटेना. सारा गाव तेच कुजबुजत होता. संध्याकाळी तात्या ओल्यानं माटेकराची शपथ करणार हे ऐकून साऱ्यांना धक्का बसला होता. प्रत्येकाला तात्यांवर आलेल्या आळानं हळहळ वाटत होती. संध्याकाळी नकळत लोक आंबराईकडे वळत होते. गावचे धर्मपंच माटेकराजवळ बसले होते. गावचे लोक आजूबाजूला उभा राहून ते दृश्य

पाहात होते. सावकार बेदरकारपणे माटेकराभोवती फेऱ्या मारत होते. लोकांची कुजबूज हळूहळू वाढत होती. जसजशी बायकांची अधिक भर पडू लागली तसतसा गोंगाट वाढू लागला. पोरं इकडे-तिकडे ओरडत पळत होती. त्याच वेळी अचानक त्या जमावावर शांतता पसरली. गावाकडून तात्यांची उंचीपुरी, पंचा नेसलेली मूर्ती संथ पावलं टाकीत माटेकराकडे येत होती. तात्यांच्या जर्जर झालेल्या ओलेत्या अंगाकडे सारे पाहात होते. तात्या कुणाशीही न बोलता सरळ माटेकराकडे गेले. धर्मपंचांनी तात्यांना नमस्कार केला. त्याचा स्वीकार करून तात्या सावकरांना म्हणाले, 'सावकार! अजून विचार करा. शपथ करूच का मी?'

सावकार काही न बोलता खाली मान घालून उभे राहिले. तात्यांची मान खाली झुकली. ते पुटपुटले, 'जशी तुमची मर्जी.' एवढं बोलून त्यांनी माटेकराकडे पाहिलं. पहिल्या पायरीला स्पर्श करून ते भराभरा पायऱ्या चढून वर गेले. मोकळ्या चौथ्यावर असलेल्या माटेकरासमोर फुलं व नारळ ठेवला होता. माटेकरासमोर बसून त्यांनी हात जोडले व साऱ्यांना ऐकू जाईल येवढ्या मोठ्यानं म्हणाले, 'माटेकरा! आजवर ह्या तात्यानं कधी तुझ्याकडे मागणं केलं नाही. कधी तुला साकडं घातलं नाही. पण आज तुझ्या शपथेसाठी मी उभा आहे.

'माटेकरा! चोरीचा कलंक आज माझ्यावर आला आहे. हा कलंक मी माझ्यावर आला आहे असं समजत नाही. हा तुझ्यावरच कलंक आहे. माझं शील तू राखलंच पाहिजेस.'

तात्यांनी आपल्या पंचानं डोळे पुसले व माटेकराच्या समोरची फुलं उचलली. ते पुढे म्हणाले, 'माटेकरा, तुझ्यासमोर आज मी शपथ करतो की, मी ती माळ चोरली नाही. जर मी ते पापकर्म केलं असेल तर माझे हात झडोत, माझ्या घरादाराचं वाटोळं होवो.'

एवढं बोलून तात्यांनी देवावर फुलं टाकली. माटेकराला दंडवत घातला आणि ते माघारी वळले. कुणाशी एक शब्दही न बोलता ते गावाकडे चालू लागले. चालताना तात्यांची मान ताठ होती. पंच सावकारांना म्हणाले,

'सावकार, हे बरं नाही केलंत! तात्यांसारख्या देवमाणसावर विनाकारण अदावत घेतलीत.'

सावकारही त्या शपथेमुळे शरमले होते. त्यांनी मान खाली घातली होती. सारा गाव कुजबुजत गावाकडे वळला. शपथ केलेल्या दिवसापासून जसजसे दिवस उलटत होते तसतसा सारा गाव सावकारांच्याकडे चमत्कारिक नजरेनं पाहू लागला. तात्या मात्र काही झालंच नाही, अशा तऱ्हेनं गावात वावरत होते. ते लोकांना म्हणत, 'अरे, चंद्रला कलंक लागला पण तो उगवायचा राहतोय का? त्यानं पाप तरी केलं होतं. मी काय केलंय म्हणून लाजू? माटेकर डोळे झाकून का बसलाय?...'

शपथेच्या तिसऱ्या दिवशी तात्या दोनप्रहरी आपल्या घरात लवंडले होते. तात्यांचा डोळा लागला होता. त्याच वेळी त्यांच्या कानांवर घाबऱ्या घाबऱ्या मारलेल्या दोन हाका ऐकू आल्या,

'तात्या, अवो तात्या.'

'कोण ते?'

'मी, भैरू! दार उघडा.'

तात्यांनी दार उघडलं. बारा-पंधरा वर्षांचा भैरू धापा टाकत आत शिरला. त्याचा चेहरा घामाघूम झाला होता. तो म्हणाला, 'तात्या, चला लौकर.'

'कुठं?'

'रानात?'

'का रे?'

'तुमच्या कालवडीला लांबडं चावलं. ती रानात पडली हाय.'

ते ऐकताच तात्यांचे पाय लटपटू लागले. ते तिथंच बसले. त्यांच्या कपाळावर घामाचे टपोरे बिंदू चमकू लागले. भैरू तात्यांच्याकडे पाहातच होता. तो पुन्हा म्हणाला, 'तात्या,चलता नव्हं?' तात्या त्या शब्दांनी भानावर आले. ते म्हणाले, 'चल!'

दोघे भराभरा जंगलात जात होते. चालताना तात्यांना धाप लागली होती. एके ठिकाणी गुरंराखी पोरं गोळा झाली होती. तात्या येताच सारे बाजूला सरले. तात्यांनी पाहिलं, तो त्यांची पांढरी-शुभ्र कालवड तेथे पसरली होती. तोंडातून फेस फुटला होता. तिच्या नाकपुड्या हिरव्या पडल्या होत्या, साऱ्या अंगावर काळी छटा पसरली होती. डोळे भकास वाटत होते. तात्या जाईपर्यंत तिचा जीव होता. तिचे पाठीमागचे पाय क्षणभर घासले गेले आणि तिची जीभ बाहेर पडली. कालवड मेली.

तात्या डोळ्यांना हात लावून तिच्याकडे पाहात होते.

ते कालवडीला नमस्कार करून काही न बोलता माघारी वळले. एका घरात थांबून त्यांनी कालवडीची सोय लावायला सांगितली व ते घरी आले. ती बातमी हा हा म्हणता गावात पसरली. जो तो कुजबुजू लागला. संध्याकाळी तात्यांनी त्यांना पाहताच मान खाली घातली. तात्यांचे डोळे गुंजेसारखे तांबडे पडले होते. त्यांच्या कपाळावरची शीरन्‌शीर उठून दिसत होती.

पंच येऊन बसले. सावकार दारातच उभे होते. त्यांच्या चेहऱ्यावर समाधान दिसत होतं. सुरुवातीला काय बोलावं, हे कुणालाच समजत नव्हतं. शेवटी एकजण म्हणाला,

'तात्या कालवड मेली हे खरं?'

'होय!' तात्या मान खाली घालून म्हणाले.

'तरी नशीब, कालवडीवरच भागलं. तात्या, झालं गेलं होऊन गेलं. आता जास्त तानू नका. न्हाइतर कशावर ब्येतल त्ये सांगता येणार न्हाई.'

'काय ह्यायलंय आता बेतायचं?' तात्या डोळ्यांत पाणी आणून म्हणाले, 'जिच्या जिवावर सारं सहन केलं ती अब्रूच धुळीला मिळाली. आता जगून तरी काय उपयोग?'

तात्यांचे ते पाणावलेले डोळे पाहून साऱ्यांना गुदमरल्यासारखं झालं. तात्या डोळे टिपत खाकरून म्हणाले, 'माटेकराचं मी खोटं नाही म्हणत. ते मी कसं सांगू? आजवर मी हाच न्याय साऱ्यांना देत आलो. त्या माटेकरानं आज मला चोर ठरवलं. तुम्हाला मी काय सांगू? कसं सांगू की, मी ती चोरी केली नाही म्हणून?'

सावकार छद्मीपणाने हसत म्हणाले, 'तात्या, ते नका सांगू! बच्या बोलानं माझी माळ द्या, न्हाईतर लई वाईट परिणाम होईल.'

तात्यांनी एकवार सावकारांकडे पाहिलं व ते म्हणाले, 'सावकार, देवाचा न्याय मी खोटा म्हणत नाही. त्यानं मला चोर ठरवलं ते मी नाकारत नाही. पण माझ्याजवळ माळ नाही तर देऊ कुठून? तुम्ही जरा थांबा.'

तात्या आत गेले. थोड्या वेळानं तात्या एक मोठा बटवा घेऊन आले. खुर्द्यानं भरलेला तो बटवा सावकाराच्या पायाजवळ ठेवत ते म्हणाले, 'सावकार, भिक्षुकी करून आजवर मिळवलेलं व साठवून ठेवलेलं हे एवढंच धन माझ्याजवळ आहे. माटेकराला मुखवटा व दागिने करायची मनात इच्छा होती. पण ती त्याला रुचलेली दिसत नाही. हे आपलं म्हणा. ह्याखेरीज माझ्याजवळ काही नाही. ह्यातून तुमची किंमत भरून आली नाही तर हे राहतं घर पण तुमचं म्हणा.'

'म्हणजे! तुमच्याजवळ माळ नाही?' एका पंचानं विचारलं.

'नाही रे!' तात्या कळवळून म्हणाले, 'अरे कुणासाठी मी चोरी करीन? कोण आहे माझं ह्या जगात? तुमच्या गावात ओसरीवरचा आधार मिळाला म्हणूनच हे दिवस काढले.'

'मग आता काय करायचं?'

सावकार खुर्दा मोजण्यात गर्क झाले होते. ते मान वर करून म्हणाले, 'माळेसाठी तात्यांची भांडी वरखाली करा असं न्हाई म्हणत मी. माझी किंमत मिळाली मला. तात्यांच्याकडे पाहून जी काही झीज पडेल ती सोशीन मी.'

तात्या हात जोडून म्हणाले, 'उपकार आहेत सावकार! देव तुमचं भलं करो!'

सारे चुपचाप घराबाहेर पडले. सावकार जाता जाता तात्यांना म्हणाले, 'तात्या, झालं गेलं होऊन गेलं. पण पुन्हा असं करू नका.'

सारे जाताच तात्यांनी दार लावून घेतलं आणि ते मुसमुसून, त्या एकाकी घरात रडू लागले. त्यांच्या साऱ्या शरीरातलं त्राण नाहीसं झालं. ते किंचाळले, 'माटेकरा,

का रे ही शिक्षा केलीस मला?' आणि एवढं बोलून ते बेशुद्ध पडले.

तात्या शुद्धीवर आले, तेव्हा सर्वत्र अंधकार पसरला होता. पडल्या पडल्या तात्यांना सारं आठवलं. ते भिंतीचा आधार घेत उठले. चाचपडत त्यांनी दार उघडलं. सर्वत्र टिपूर चांदणं पसरलं होतं. भयाण शांतता वातावरणात पसरली होती. तात्या तसेच घराबाहेर पडले. साऱ्या गावात शुकशुकाट पसरला होता. गावच्या निर्जन रस्त्यातून तात्या झोकांड्या खात पावलं टाकत होते. एक कुत्रं काही वेळ त्यांच्या मागून भुंकत गेलं, पण तात्यांना त्याचं भान नव्हतं. ते कुत्रंही भुंकून भुंकून मागं फिरलं.

आंबराईतली सावल्यांनी चितारलेली वाट तुडवत तात्या जात होते. पायाखाली वाळलेला पाचोळा मोडत होता. माटेकराचा चौथरा दृष्टिपथात येताच ते ओरडले, 'माटेकरा, हे का केलंस? हे का केलंस?'

आंबराईत तात्यांचा आवाज घुमला. तात्यांनी माटेकराची पायरी गाठली आणि त्यांच्या पायातलं उरलंसुरलं त्राण नाहीसं झालं. ते पायरीवरच पडले. त्यांनी एकवार आपल्या अश्रुपूर्ण नजरेनं माटेकरावर दृष्टी टाकली. सरपटत ते एकएक पायरी चढत होते. त्यांच्या डोळ्यांतून अश्रू ओघळत होते. माटेकरासमोर हात पसरून ते म्हणाले,

'माटेकरा, आजवर कधी मी तुझ्याजवळ काही मागितलं नव्हतं. बायको गेली, पोरं गेली, तरी तुला का म्हणून कधी विचारलं नाही. पण माटेकरा, आज मी तुला विचारणार आहे. त्याचा जाब तू दिलाच पाहिजे. कोणत्या जन्माचं पातक म्हणून तू मला ही शिक्षा केलीस? गेल्या साठ वर्षांच्या तुझ्या पूजेनं ते पाप फिटलं नाही का रे? तू असं का केलंस? आजवर धर्मपंच म्हणून मी जे न्याय दिले ते सारेच का रे असे होते? बोल ना रे माटेकरा...'

तात्यांचे हुंदके, त्यांचे शब्द, साऱ्या आंबराईत घुमत होते. तात्यांनी तेथे खूप आक्रोश केला पण माटेकराला त्यांची दया आली नाही. तो तसाच स्तब्ध होता. माटेकराच्या पायापाशीच रडता रडता तात्या बेशुद्ध पडले.

पहाटेला खूप धुकं पडलं. पूजेचा गुरव जेव्हा माटेकराच्या पूजेला गेला तेव्हा त्याला तात्या प्रथम दिसले. तात्या केव्हाच माटेकराकडे दाद मागायला गेले होते. बघता बघता सारं गाव तेथे जमलं. सारे डोळे तारवटून तात्यांच्या त्या कलेवराकडे पाहात होते. सावकार पण तेथे खाली मान घालून उभे होते. ग्रामपंच म्हणत होतो, 'तात्यांनी हा विस्तवासंगं खेळ खेळायला नको होता.'

गावचे लोक अधिक भीतीनं माटेकराकडे पाहात होते, पाया पडत होते, गालावर चापट्या मारून घेत होते. तात्या गेले तरी माटेकराची सत्ता गावावर अजून अबाधित नांदत आहे.

✤

खानदान

❁

कृष्णाकाठच्या एका टिंबुरक्यावर भुईवाडी वसलेली आहे. धाब्याची घरे आहेत. कृष्णामाई दुथडी भरून वाहते तेव्हा साऱ्या गावाला वेढा पडतो आणि गावची वाट बंद पडते. टेकाड्याच्या अगदी घाटमाथ्यावर पाटलांचा दुमजली वाडा आहे. ह्या वाड्याच्या धाब्यावरून नजर फेकली की बाभळीच्या ठिपक्यांनी सजलेले चौफेर पसरलेले काळेभोर देशरान दिसते. कृष्णेच्या काठावर बारा महिने हिरवाचार दिसणारा पाटलांचा वीस एकरांचा मळा साऱ्या मुलखात डोळ्यांत भरतो.

पाटलांच्या घराण्याचे दादासाहेब व भाऊसाहेब हे दोघे सख्खे भाऊ. दादासाहेब भाऊसाहेबांपेक्षा दहा पंधरा वर्षांनी थोर; भाऊसाहेबाला दादासाहेबांनी लहानाचे मोठे केले; त्याला आईवडिलांची कधी आठवण होऊ दिली नाही. सारी शेती भाऊसाहेबच बघे. त्यात दादासाहेबांनी कधीही हात घातला नाही. दादासाहेबांचे वय पन्नाशीच्या घरात गेलेले. गोरापान चेहरा, भरदार अंगयष्टी. घराच्या नोकारांनाही टाकून बोलायचे दादासाहेबांना जमत नसे. त्यांच्या उलट भाऊसाहेबाचा स्वभाव. साऱ्या गावात त्याचा दरारा. निमगोरा रंग, धारदार नजर, सडसडीत सहा फूट उंच होता भाऊसाहेब. त्या सडसडीत देहात लोखंडी कांबेचे बळ होते. या शरीरबळाच्या जोडीला भरपूर धाडस होते. एकदा शिकारीत अंगावर आलेल्या चित्त्याला त्याने बंदुकीच्या दस्त्याने लोळवले होते. सारा गाव भाऊसाहेबाला वचकून वागे. पण तोच भाऊसाहेब दादासाहेबांच्या शांत नजरेपुढे गोगलगाय बनत असे. सारे लोक रामलक्ष्मणाच्या जोडीशी त्यांची तुलना करीत असत.

भुईवाडीला कोणीही बाहेरचे गेले–मग तो सरकारी ऑफिसर असो नाहीतर मुराळी असो – पाटलांचा पाहुणचार घेतल्याखेरीज तो भुईवाडीच्या बाहेर पडत नसे. आनंदाने, समाधानाने भरलेल्या त्या वाड्यात दादासाहेब आरामखुर्चीत पडून होते. भाऊसाहेब इस्लामपूरला गेला होता; त्याची ते वाट पाहात होते. कुशाबा जाधवाच्या दाव्याचा आज निकाल होता.

काही दिवसांमागे कुशाबाने बोर्डमध्ये दावा केला होता. जो मळा दादासाहेब करीत होते त्यावर तो हक्क सांगत होता. दादासाहेबांच्या वडिलांनी ती जमीन खरेदी घेतली तेव्हा ती पडजमीन होती. गवताखेरीज तेथे काही पीक नव्हते. वडिलांच्या

पश्चात दादासाहेबांनी ती जमीन उठविली, पंधरा वर्षांच्या परिश्रमाने त्या पडजमिनीचा मळा केला. त्याच मळ्यावर कुशाबा आता मालकी सांगत होता. दादासाहेब त्याच काळजीत होते.

संध्याकाळचे सहा वाजून गेले तरी भाऊसाहेबाचा पत्ता नव्हता; निरोप नव्हता दादासाहेब क्षणाक्षणाला अस्वस्थ होत होते. त्याच वेळी त्यांचा नोकर धावत आला व त्याने सांगितले, 'धाकटे सरकार आले.'

पाठोपाठ भाऊसाहेब आत आला. आत येताच काही न बोलता तो सदरेच्या कठड्यावर बसला. काही क्षण कुणीच काही बोलले नाही. दादासाहेबांनी विचारले,

'निकाल लागला?'

'हं!'

'काय झालं?'

'पिकासहित ताबा द्यायचा हुकूम झाला!'

एक दीर्घ उसासा सोडून दादासाहेब म्हणाले, 'असो, जगदंबेची मर्जी!'

'कशाला काळजी करताय दादा? उद्याच्या आत अपील करतो. वकिलाला विचारून आलोय् मी.'

'खुळा आहेस तू! अरे, दावा काय आपण केला होता? आपणहून कोर्टात जाऊ नये. हे बरं!'

'मग काय मळा सोडायचा?'

'न्यायाचा कौल कुशाबाच्या बाजूचा आहे; सोडू आपण मळा. देवानं आपल्याला कमी केलं नाही.'

'म्हणून काय झालं? हा आपल्या इभ्रतीचा प्रश्न आहे.'

'म्हणूनच अपील करायचं नाही!' दादासाहेब म्हणाले.

'म्हणजे?'

'हा दावा त्यानं केलेला आहे, त्यानं तो जिंकला. पण जर आपण अपील केलं आणि त्यात हरलो, तर मात्र आपल्या इभ्रतीला धोका आहे. तो धोका आपण कधीच घ्यायचा नाही.'

'दादा, सांगायला गोष्टी सोप्या असतात; तुम्ही वाड्यात बसून असता. पण सारं पाहावं लागतं मला. उद्या गावात तोंड काढायला जागा राहणार नाही मला.'

'का? अशी कोणती शरमेची गोष्ट आपण केलेली आहे? तशी पाळी अपिलात दावा हरलो तर मात्र नक्की येईल!'

'मग काय करावं म्हणता?' एवढं बोलत असतानाच भाऊसाहेबाच्या तोंडून हुंदका बाहेर पडला.

दादासाहेब उठले आणि त्याच्या पाठीवर थोपटीत म्हणाले, 'भाऊ, अरे तुला

असं वाटतं का, की मला काहीच वाईट वाटत नाही म्हणून? गेली पाच-सहा वर्षंच तू तो मळा बघतो आहेस; पण मी ह्या हातांनी तो मळा मळ्रानातून उठवला! भाऊ काळजी करू नको. मी तुला दुसरा मळा उठवून देईन. जमिनीला तोटा नाही.'

'दादा, मला दुसरा मळा नको; मी अपील करणार. मला तुम्ही काही सांगू नका. मी कुणाचंच ऐकणार नाही!'

'माझंही?'

'हो, तुमचंही!'

'तर मग भाऊ ऐक!' दादासाहेबांच्या आवाजात विलक्षण धार आलेली होती. 'आजवर मी कुठल्याच बाबतीत तुला काही सांगितलं नाही. आज मात्र ती पाळी आली आहे. ह्या जमिनीबाबत अपील होता कामा नये–ही माझी आज्ञा आहे.'

'मग घेऊन बसा तुमची आज्ञा!'

'भाऊ!' दादासाहेब गरजले.

भाऊसाहेब उठला आणि तरातरा आत गेला. दादासाहेबांनी मारलेल्या हाकेला त्याने ओ दिली नाही. खिन्न मनाने दादासाहेब मटकन् सदरेच्या कट्ट्यावर बसले आणि त्या दिवसापासून वाड्यात शांतता पसरली. दोघे भाऊ आजवर असे कधीच वागले नव्हते. दादासाहेब भाऊसाहेबांबरोबर बोलण्याचा प्रयत्न करीत. पण भाऊसाहेबांच्या तुटक उत्तराने ते बोलणे तेवढ्यावर संपे.

एके रात्री दादासाहेबांना अचानक जाग आली. त्यांनी कानोसा घेतला. दाराचा कोयंडा सरकल्याचा तो आवाज होता. कोणीतरी सावकाश पाठीमागच्या दाराचा कोयंडा सरकवीत होते. दादासाहेबांनी उशाची बॅटरी घेतली आणि घड्याळात पाहिले, साडेअकरा वाजून गेले होते. 'ह्या वेळेला कोणी कोयंडा काढला? कशासाठी?'

आवाज न करता दादासाहेब उठले आणि त्यांनी आपल्या खोलीचा दरवाजा सावकाश उघडला. वाड्यात सर्वत्र सामसूम होती. कानोसा घेत ते जिभेच्या दाराकडे जाऊ लागले. हळू आवाजात चाललेली कुजबूज त्यांच्या कानावर आली. पाय न वाजविता अगदी सावकाश दादासाहेब पुढे होत होते. हळू आवाजात चाललेले बोलणे स्पष्ट ऐकू येत होते. जिभेच्या दारात दोन व्यक्ती उभ्या होत्या. दादासाहेब कान देऊन ऐकू लागले. त्यातला एक आवाज भाऊसाहेबाचा होता. दादासाहेबांच्या छातीत धस्स झाले!

'मच्या, काम फत्ते झालं पाहिजे.'

'त्याची काळजी नको मालक!'

'पण लक्षात ठेव, ह्या कानाचं त्या कानाला कळता उपयोगाचं नाही! दोन दिवसांतच फत्ते झालं पाहिजे. कबजा घ्यायला त्याचा मुद्दाच आला पाहिजे!'

'धनी, तुमच्या अन्नावर जगतोय मी. बिनघोर ऱ्हावा, पर थोरलं मालक–'

'त्यांची काळजी नको!'

पुढे भाऊसाहेब बोलूच शकला नाही; बॅटरीच्या झोतात दोघेही न्हाऊन निघाले! भेदरून दोघेही उभे होते. दादासाहेबांनी पाहिले, तो भाऊसाहेब मऱ्या मांगाशी बोलत उभा होता. दोघेही किलकिल्या नजरेने प्रकाशझोताकडे पाहात होते, मऱ्याने धीर करून विचारले, 'कोन त्ये?'

'का? मी!' दादासाहेबांनी उत्तर दिले.

'कोन? थोरलं मालक!' मऱ्या उद्गारला. कसाबसा त्याने मुजरा केला. भाऊसाहेबाचे पाय लटपटत होते. बॅटरी विझवून दादासाहेब पुढे झाले. त्या दोघांजवळ जाताच त्यांनी मऱ्याला विचारले, 'का आला होतास?'

'काय नाय, सहज!'

'सहज? आणि पाठीमागच्या दारानं? ह्या वेळेला? मऱ्या, कुणाला सांगतोस हे?'

'न्हाय सरकार! आईच्यान्‌–'

खाडकन्‌ मऱ्याच्या मुस्काडात बसली. मऱ्या झेपडला!

'सांग मऱ्या, का आला होतास?'

'धनी, सांगतो; धाकट्या सरकारांनी सांगावा केला व्हता...चूक झाली धनी, पोटात घाला!' अंधारात चाचपडत मऱ्याने दादासाहेबांचे पाय घट्ट धरले.

'ऊठ मऱ्या! सांगतो ते नीट ऐक. भाऊसाहेबांनी सांगितलेलं सारं विसर. ह्यातला शब्द कुणाला कळता कामा नये! कुणाला धक्का लागता उपयोगी नाही. दिवस उजाडायच्या आत ह्या मुलखात दिसलास तर चामडी लोळवीन तुझी, समजलं?'

'जी मालक!'

'थांब,' असे सांगून दादासाहेब आत गेले. थोड्याच वेळात ते परत आले आणि त्यांनी दहा रुपयांची नोट मऱ्याच्या हातावर ठेवली, 'जा.'

'मुजरा, मालक!' म्हणून भाऊसाहेबाकडे न बघता तो अंधारात नाहीसा झाला. दादासाहेबांनी दाराला आडणा लावला आणि ते भाऊसाहेबाला म्हणाले, 'चल–'

भाऊसाहेब मुकाटपणे पाठीमागून चालू लागला. तो आत येताच दादासाहेबांनी आपल्या खोलीचे दार लावून घेतले; कंदील मोठा केला. भाऊसाहेबाच्या घशाला कोरड पडत चालली होती.

पलंगावर बसत दादासाहेब म्हणाले, 'काय चाललंय हे? मऱ्याला का बोलावलं होतंस?'

'तसं नाही दादा, शिकारीला...'

'कसली शिकार? माणसाची?'

भाऊसाहेबाची बोबडी वळली. दादासाहेबांना एवढे संतापलेले त्याने कधीच बघितले नव्हते. 'भाऊसाहेब, मला वाटलं नव्हतं की, तुझी मजल इथपर्यंत जाईल!'

'पण दादा, अपीलही करायचं नाही म्हणता. सांगितलं तर तुम्हाला पटत नाही. आपल्या घराच्या इभ्रतीचा प्रश्न आहे हा.'

'तेच म्हणतोय मी!' दादासाहेब ताडकन् उठत म्हणाले, 'म्हणे घराण्याची इभ्रत! हं! खानदान या शब्दाचा अर्थ तरी माहीत आहे तुला? कधीतरी सवड झाली तर जामदारखाना उघड आणि आपला ताम्रपट बघ. चोऱ्यामाऱ्या करून हे इनाम मिळविलेलं नाही. लढाईच्या प्रसंगी उंट निकामी झाले व शत्रूच्या किल्ल्याच्या दरवाजाला धडका मारण्यास हत्ती कचरले. त्या वेळी ज्यांनी प्रत्यक्ष आपल्या मुलाला दरवाजाच्या खिळ्यावर उभे केले व किल्ला घेतला त्यांचं आहे हे खानदान. त्यांची अवलाद म्हणजेच आपलं घराणं. आणि तेच आमचं खानदान. तेवढं लांब कशाला जातोस? आबांनी खेळलेला मोऱ्याचा दावा तू ऐकला असशील. एकमेकांचे वैरी होऊन कोर्टात उभे होते; पावसाचे दिवस होते. नदी दुथडी भरून वाहात होती. एकाच नावेत दोघेही चढलेले. मोऱ्याचा तोल गेला व बघताबघता तो धारेला लागला. पण त्या वेळेला क्षणाचाही विचार न करता आबांनी जिवाची बाजी लावून उडी घेतली व मोऱ्याला वाचवला. ह्याला म्हणावं खानदान. आणि तू...?'

'पण दादा, तुम्ही—'

'बोलू नकोस! जमीन, पैसा ह्यावर घराणी उभी होत नाहीत, भाऊ!' छातीवर हात मारत दादासाहेब म्हणाले, 'घराण्याची इभ्रत ह्यावर होते! मोठ्या मनाची आणि निधड्या छातीची माणसंच घराण्याची अब्रू राखतात. भाडोत्री मारेकरी घालणारा मारेकरी तू! तू कशाला खानदानाचं नाव घेतोस? एक वेळ तू स्वत: कुशाबाच्या समोर जाऊन त्याचं बरंवाईट केलं असतंस तर तुला मी क्षमा केली असती. पण आता...'

'दादाऽऽ' भाऊसाहेब किंचाळला आणि दादासाहेबांचे पाय घट्ट धरून तो मुसूमुसू रडू लागला. दादासाहेबांच्या डोळ्यांतून अश्रू ओघळू लागले.

भाऊसाहेबाला उठवत ते म्हणाले, 'ऊठ भाऊ! चुका सर्वांच्याच हातून होतात. देवानं आज मला जागं केलं म्हणायचं. नाहीतर काय झालं असतं याची कल्पनाही करवत नाही. ऊठ भाऊ, जा झोप जा. पण विसरू नकोस. अरे, दसऱ्यात आपला हात लावावा लागतो, तेव्हाच रथ चालतो. वर्षातून एक रात्र का होईना, पण रामाची पालखी वस्तीला आपल्या वाड्यात येते. आपण त्या घराण्याचे वारसदार आहोत. जा, झोप जा.'

दुसऱ्या दिवशी संध्याकाळी गावाचा पाटील वाड्यात आला. दादासाहेब सदरेतच बसले होते. ते म्हणाले,

'या पाटील.'

थोडा वेळ इकडच्या तिकडच्या गप्पा झाल्यानंतर पाटील म्हणाले, 'दादासाहेब, जरा काम होतं.'

'कसलं?'

'दाव्याचा निकाल झाला त्याचं.'

'आलं लक्षात.'

'दादासाहेब, आम्ही हुकुमाचे ताबेदार. काय करावं तेच समजेना बघा!'

'पाटील, अहो त्यात विचार कसला करायचा? हुकुमाप्रमाणे उद्या कब्जा देऊन टाका कुशाबाला. माझ्या मनात काही नाही.'

'आता जीव भांड्यात पडला बघा!'

'बरं तर! पण रावसाहेबांनाही घेऊन यायचं होतं वाड्यात. त्यात संकोच कसला?'

'येतो तर.'

'छे छे, थांबा, चहा घेऊन चला.'

रात्री जेवताना दादासाहेब म्हणाले, 'भाऊ, उद्या कबजा घेणार कुशाबा.'

'हं!'

'पाटील मला भेटून गेले.'

'हं!'

'तू उद्या तिथं जा. शांतपणानं, व्यवस्थिपणानं कबजा देऊन ये.'

'दादा, एकदाच सांगतो—मला ह्यात पाडू नका. मी जाणार नाही.'

'मग घरात किती दिवस बसून राहणार? ऐक माझं.'

भाऊसाहेब तसाच ताटावरून उठला आणि म्हणाला, 'माझ्याच्यानं ते व्हायचंय नाही.'

'बरं तर.' दादासाहेब थंडपणे म्हणाले.

बरीच रात्र होईपर्यंत दादासाहेब सदरेत येरझाला घालत होते. ते केव्हा झोपी गेले हे कुणासच समजले नाही. सकाळी वाड्यातले सर्व कार्यक्रम नेहमीप्रमाणे चालू होते; पण त्यात विलक्षण शांतता होती, बायकामंडळींची गडबड नव्हती. मुलांचा गोंधळ नव्हता. दादासाहेब पूजा आटोपून सदरेत आले तेव्हा सनई-चौघडा दारात वाजत होता. जगदंबा कुलदैवत असल्याने दर शुक्रवारी सकाळी व संध्याकाळी दारी सनई-चौघडा वाजे.

दादासाहेबांना पाहताच सनई थांबली. दादासाहेब म्हणाले, 'अरे, थांबवू नका. चालू दे.'

सनई-चौघडा चालू झाला. दहा वाजेपर्यंत दादासाहेब सदरेत बसून होते. दहा

वाजता कारभारी येऊन दादासाहेबांना म्हणाला,

'सरकार, मळ्याकडे सारे गेलेत.'

'हं!'

'मग मी जाऊ?'

'थांब. मी पण येणार आहे.'

'तुम्ही कशाला? मी करतो सारं.'

'मी येणार आहे.'

दादासाहेबांनी आपला फेटा बांधला. खाकी चार खिशांचा कोट घातला. त्याच वेळी भाऊसाहेब तेथे आला व म्हणाला,

'दादा, तुम्ही जाणार?'

'हो! तू येणार?'

क्षणभर भाऊसाहेबाची चलबिचल झाली. तो म्हणाला, 'थांबा दादा, मी पण येतो.'

'चल तर!' –दादासाहेबांच्या चेहऱ्यावर स्मित झळकत होते.

थोड्याच वेळात भाऊसाहेब कोट-टोपी चढवून आला. दादासाहेब वाड्याबाहेर पडले. पाठोपाठ भाऊसाहेब, कारभारी व शिपाई जात होते. रस्त्याने जाताना प्रत्येक मनुष्य आश्चर्यचकित होत होता; वाकून नमस्कार करीत होता आणि काही न बोलता वाट देत होता. दादासाहेब जेव्हा गावाबाहेर आले तेव्हा त्यांचे लक्ष सहज मागे गेले. पाठीमागे पाचपन्नास माणसे चालत होती. बहुतेकांच्या हातात काठ्या होत्या.

दादासाहेब थांबले. त्यांनी विचारले, 'तुम्ही रे कशाला आलात?'

एकजण पुढे होत म्हणाला, 'दादासाब, वेळ हाय, परसंग हाय. ह्या येळेला आम्ही यायचं नाही तर कोणी?'

'खुळे कुठले! अरे, तिथं काय मारामारी करायची आहे? जा मग तुम्ही, जा म्हणतो ना!'

सारे थोडा वेळ घुटमळले.

'ऐकणार नाही काय माझं?' दादासाहेबांनी विचारले. सारे परतल्यावर दादासाहेब परत चालू लागले. मळ्याजवळ जाताच सर्कल ऑफिसर आणि एकदोन माणसे पुढे आली.

पाटील म्हणाले, 'दादासाहेब, तुम्ही कशाला त्रास घेतलात?'

'म्हटलं यावं. तुमच्या कामात व्यत्यय येऊ नये. करा तुम्ही कामाला सुरुवात. भाऊ, आपलं जे काही मळ्यात सामान आहे त्याची यादी कारभाऱ्यांना घेऊन करा जा.'

भाऊसाहेब व कारभारी पुढे झाले. दादासाहेब साराच्या कडेला असलेल्या

उंबराच्या सावलीत पाटलाबरोबर बोलत बसले. काही वेळाने भाऊसाहेब आला व म्हणाला, 'दादा, गाड्या आणायला पाहिजेत.'

'गाड्या रे कशाला? यादी केलीस ना? मग कुशाबा पाठवील ते सामान वाड्यात. पाटील, कुशाबा कुठं दिसत नाही?'

'आलाय, तिकडं खाली बसलाय.'

कुशाबा मान खाली घालून जेव्हा आला तेव्हा दादासाहेब म्हणाले, 'काय कुशाबा, आम्ही तुमच्या मळ्यात आलो आणि तुझा पत्ता नाही!'

सारे हसले. कुशाबा अधिकच लाजला.

'कुशाबा, मनात काही आणू नको. माझ्या वडिलांनी कधी कुणाला फसवल्याचं मला माहीत नाही. तुझ्या वडिलांचे आणि माझ्या वडिलांचे काय व्यवहार झाले हे त्यांना माहीत. मळ्याचा कबजा तुला मिळाला. आता तक्रार राहिली नाही. आता आपणात वाईटपणा नको. कसं पाटील?'

'खरं आहे दादासाहेब.'

कुशाबा म्हणाला, 'मालक, मला लाजवू नका! तुम्ही मळा करा, कायबी फाळा द्या मला.'

'खुळा आहेस, कुशाबा. मी त्यासाठी आलो नाही. मळा तुला मिळाला; तुझा आहे तो. मी जेव्हा सुरू केला तेव्हा इथं काय होतं ते गावच्या म्हाताऱ्यांना विचार— ते सांगतील. कष्टानं ही जमीन उठवली; रंगरूपाला आणली. ती अशीच जतन कर!...पाटील, जाऊ आम्ही?'

'हो! बहुतेक सर्व झालंच आहे.'

'ठीक, चल भाऊ.'

सारावरून जाताना दोन्ही बाजूंनी लावलेल्या आळ्यांकडे त्यांचे लक्ष गेले. ते वळले व त्यांनी हाक मारली, 'कुशाबा.'

'जी' म्हणत कुशाबाने मुजरा केला. मुजरा घेऊन दादासाहेब चालू लागले. वाड्यातून बाहेर पडताना ज्या भाऊसाहेबाची मान खाली होती, तोच भाऊसाहेब वाड्याकडे जाताना ताठ मान करून जात होता. आपल्या भावाबरोबर लोकांनी केलेल्या नमस्काराचा स्वीकार करीत होता. सारे गाव भारावलेल्या नजरेने समोर येणाऱ्या त्या दोघा भावांकडे बघत होते!

संस्कार

❧

सूर्य डोक्यावर आला होता. वैशाखाचं ऊन तापत होतं. गावाच्या बाहेर महादेवाच्या देवळातून अण्णा कुलकर्णी बाहेर पडले. देवळाची पायरी उतरताना त्यांनी देवाकडे वळून पाहिलं आणि त्यांचं पाऊल थबकलं. पानाचं हिरवं वलय पिंडीमागं शोभत होतं. पिंडीला लावलेले गंधाचे आडवे पट्टे मध्यभागी लावलेल्या कुंकुमतिलकानं उठून दिसत होते. फुलांनी सुशोभित झालेली, नुकत्याच झालेल्या स्नानानं काळीभोर दिसणारी ती पिंडी शेजारच्या पणतीच्या उजेडात नजरेत भरत होती. देवावर टांगलेल्या अभिषेकपात्रातून पडणारे पाण्याचे थेंब शंभूनाथांच्या मस्तकावरून ओघळत होते. ते पाहून अण्णांना भरतं आलं. उभारल्या जागीच त्यांनी मान लववली. समाधानानं निःश्वास सोडला. डाव्या हातात सोवळ्यात बांधलेली प्रसादाची ताटं, नारळ, उजव्या हातात पूजासाहित्याचं तांब्हन, त्याच हाताच्या मनगटाला अडकवलेली पिशवी, असे अण्णा कुलकर्णी खडावांचा चटचट आवाज उठवीत त्या रखरखीत माळावरून गावची वाट चालू लागले.

अण्णा कुलकर्ण्यांचं वय साठी ओलांडलेलं; उंच सडपातळ बांधा, गव्हाळी रंग, मानेवर रुळणारी शेंडीची गाठ हे त्यांचं रूप. अण्णा भरभर पावलं उचलत होते. सावकारांचा मुलगा एस्. एस्. सी. पास झाल्याची बातमी आली होती. त्यासाठी सावकारांनी अभिषेक करण्यास सांगितलं होतं. सावकारांच्या दारात जाताच त्यांनी प्रसादाचं ताट काढून कट्ट्यावर ठेवलं. सावकार बाहेर आले. त्यांनी विचारलं,

'काय हे अण्णा, केवढा वेळ केलात? नैवेद्य तर केव्हाच पाठवला होता. पाहुणे आज जाणार आहेत. ते आता जेवणार केव्हा आणि जाणार केव्हा? तरी मी ह्यांना म्हणत होतो की आज अभिषेक नको...'

'नैवेद्य घेऊन आलेल्या आपल्या नोकराला मी सांगितलं होतं...'

'काय?'

'—जाताना नैवेद्य घेऊन जा. उत्तर-पूजा वगैरे आटोपून येईपर्यंत वेळ झाला.'

'तो काय मोकळा होता? मीच सांगितलं होतं त्याला. जाऊ दे; झाली ना पूजा?'

'हो प्रसाद, नैवेद्य, तीर्थ – सारं काही आहे.'

'बरं.'

'येऊ मी?'

'या.'

अण्णा कुलकर्ण्यांनी सोवळ्यानं घाम टिपला. खांद्यावर सोवळं टाकलं आणि ते घराकडे वळले.

घरी येताच अण्णांनी बाहेरच्या ओट्यावर, कोपऱ्यात खडावा काढल्या आणि ते आत गेले. त्यांच्या आवाजानं त्यांची सून गोदावरी बाहेर आली. अण्णांनी पिशवी समोर केली. पिशवी घेता घेता गोदावरीनं विचारलं, 'झाला अभिषेक?'

'हो मुली, झाला.'

'सावकाराची मंडळी आली असतील, नाही?'

'हं. ते कशाला येतील?' अण्णा उदासवाणे हसत म्हणाले, 'मुली, प्रेमापोटी पूजा नाही. भीतीपोटी आहे...विश्वनाथ शेतावरून आला नाही?'

'येतील एवढ्यात.'

'येऊ दे, मग पान वाढ.'

गोदावरी आत निघून गेली. अण्णांनी कोपऱ्यातली लाकडी पेटी जानव्यातल्या किल्लीनं उघडली. कनवटीला लावलेला दक्षिणेचा सव्वा रुपया आणि पूजेसाठी नेलेले सुटे पैसे मोजून पेटीत टाकले तोच विश्वनाथ आत आला.

'वेळ केलात अण्णा?'

'झाला थोडा. सगळं आटोपेपर्यंत वेळ लागला.'

'अण्णा, एक विचारू तुम्हाला?'

'काय?'

'परसात सावरीचं झाड पडलंय ते कुणाचं?'

'कुणाचं म्हणजे, आपलं!' न समजून अण्णांनी विचारलं, 'का?'

'तसं नव्हे अण्णा, सकाळी जळण नव्हतं म्हणून कुऱ्हाड घेऊन परसात गेलो तो ते दोघं आडवे आले!'

'कोण?'

'ते काय!' विश्वनाथनं मागं पाहात म्हटलं, 'आपले शेजारी.'

'हं समजलो. अरे, नुसते शेजारीच नव्हते; तुझे चुलतभाऊ आहेत ते. ते आपलं म्हणतात ना? असेल त्यांचं कदाचित. घेऊ दे त्यांना.'

तोच पलीकडून मोठ्यानं हसण्यचा आवाज आला. दोघांनीही तिकडं पाहिलं.

'पाहिलंत अण्णा, हे असं होतं!' विश्वनाथ म्हणाला.

अण्णा किंचित आवाज चढवून म्हणाले, 'हसा हसा! अरे, काकाला तुम्ही हसणार नाही तर कुणाला हसणार? जोवर मी उभा आहे तोवर हसून घ्या.'

पलीकडच्या हसण्याचा आवाज एकदम थांबला. आतून गोदावरीचा आवाज आला, 'ताटं वाढलीत.'

'चल,' म्हणत अण्णा आत गेले. पाठोपाठ विश्वनाथ गेला. जेवताना अण्णा फारसे बोलले नाहीत. पलीकडच्या बाजूला काहीतरी कुजबूज चालली होती. अण्णा तिकडे लक्ष नसल्याचे भासवून जेवत होते. आंचवून ते मधल्या पडवीत आले तेव्हा त्यांना हायसं वाटलं. मधल्या पडवीतल्या एका कोपऱ्यात त्यांनी अंथरूण पसरलं आणि भिंतीकडे तोंड करून ते झोपले. पण त्यांना झोप लागत नव्हती. उकाड्यापेक्षाही भयंकर आग त्यांच्या मनात उसळली होती. *सारं, सारं त्यांना आठवत होतं.*

अट्ठेचाळीस वर्षं. सारं गाव घरासमोर उभं होतं. अण्णांनी हात पसरले. म्हणाले, 'गरीब ब्राह्मणाचं घर जाळून काय मिळणार तुम्हाला? मी काय केलंय? माझं एक पोर घेऊन मी कुठंही जाईन; पण भावाच्या ह्या दोन पोरक्या पोरांना कुठं नेऊ? त्यांच्याकडे तरी पाहा—'

पण क्षुब्ध झालेल्या त्या जमावानं अण्णांचे ते शब्द ऐकले नाहीत. गावच्या माणसांनी मधे पडून अण्णांचं सामान काढून दिलं आणि मशाली घराला भिडल्या. पोरांना कवटाळून अण्णांनी उघड्या डोळ्यांनी घराची राखरांगोळी पाहिली! जरा शांतता होताच अण्णा कंबर कसून परत उठले. पायाला चक्र लावून दहा गावं फिरले. सामान गोळा केलं आणि त्याच वास्तूवर साधं का होईना, पण पुन्हा घर उभं केलं.

अण्णांना एकच मुलगा होता—विश्वनाथ. पण त्यांच्या भावाची दोन मुलं — बाळू आणि बापू – अण्णांनीच लहानाची मोठी केली होती. त्यांना कधी पोरकेपण जाणवू दिलं नव्हतं. पोरांनी थोडंफार शिकावं असं अण्णांना फार वाटत होतं. त्यांनी तिन्ही मुलांना पेठेला शिकायला ठेवलं. तिन्ही पोटांचा खर्च चालवता चालवता एकट्या अण्णाची त्रेधातिरपीट उडायची. पुढं खर्च चालवणं अशक्य होऊ लागलं तेव्हा अण्णांनी विश्वनाथला शेतीचं निमित्त करून घरी आणलं. पण आपल्या भावाच्या पोरक्या मुलांना पेठेलाच ठेवलं. पण बाळू आणि बापूं त्याचं चीज केलं नाही. बाळू बापूपेक्षा दोन वर्षांनी लहान. बाळू मॅट्रिकला गेला तरी बापू मॅट्रिकमधेच होता. मुलं मॅट्रिक पास होत नाहीत असं दिसताच नाइलाजानं अण्णांनी त्यांना गावी आणलं.

अण्णांची चार एकराची नदीकाठची जमीन. त्यात ऊस लावलेला. पण बाळू -बापू कधी त्या जमिनीकडे फिरकले नाहीत. सारी शेती विश्वनाथ आणि अण्णाच पाहात. बाळू-बापू भट्टीचे कपडे घालून फिरत, चावडीत बसत, नाहीतर पाटलांच्या घरी त्यांचा तळ असे. पण अण्णांनी कधी त्यांना एका शब्दानं विचारलं नाही...

विश्वनाथाचं लग्न ठरलं. अण्णांनी बाळू-बापूलाही विचारलं. बापू म्हणाला, 'काका, इतक्यात लग्न करून काय करू? ना नोकरी ना काही पदरात. विश्वनाथाचं

होतंय ना; होऊ दे! आम्ही बघू पुढं.'

अण्णा काही बोलले नाहीत. विश्वनाथाचं लग्न पार पडलं. गोदावरी सून म्हणून घरात आली. अण्णांना घर भरल्याचं समाधान वाटलं. सून घरात आली तसे बाळू-बापू घराबाहेर राहू लागले. दोन वेळा जेवायला तेवढे घरी येत...

एके दिवशी अण्णा नदीवरून आंघोळ करून येत होते. चावडीच्या कोपऱ्यावरून ते वळतात न वळतात तोच पाठीमागून हाक ऐकू आली. अण्णांनी मागं पाहिलं. पाटील हाक मारीत होते. जवळ जाताच पाटील म्हणाले,

'अण्णा, घाई नाही ना?'

'पूजा आहे ना? जायला हवं.'

'माझं काम नाही; तुमचं आहे.'

'काय सांगा ना.'

'बाळू-बापूची काय भानगड आहे?'

'का, काय केलं त्यांनी?' घाबरून अण्णांनी विचारलं.

'त्यांनी काही केलं नाही. पण परवा सांगत होते...'

'काय सांगत होते?'

'ते म्हणत होते–विश्वनाथाचं लग्न केलं; घरदार बळकावलं. राहायला जागा नाही.'

'असं म्हणत होते?'

'हो! आणि त्यांचं तरी काय खोटं?' पाटील साळसूदपणे म्हणाले,

'अहो अण्णा, मुलं मोठी झाली; त्यांनाही कळणारच की! त्यापेक्षा त्यांच्या वाटणीचं असेल ते त्यांना देऊन टाकलेलं बरं दिसतं मला; नाहीतर—'

'नाहीतर काय?'

'ते कोर्टात गेल्याखेरीज राहणार नाहीत.'

'हेही सांगितलं?'

'हो.'

'बोलेन मी!'

'बघा बाबा! पण ज्याचं त्याला देऊन टाकलेलं बरं दिसतंय मला. ते म्हणाले, म्हणून बोललो मी.'

काही उत्तर न देता अण्णा चालू लागले. जाता जाता घराजवळ थांबले. गोदावरीनं दिलेलं तांब्न घेऊन ते म्हणाले, 'बाळू-बापू आहेत?'

'नाहीत.'

'आल्यावर त्यांना थांबवून घे. मी पूजा आटोपून येतो.' येवढं सांगून ते देवळाकडे चालू लागले.

पूजा आटोपून अण्णा परत आले तेव्हा बाहेरच्या ओट्यावर बाळू-बापू उभे होते.

अण्णांच्या पाठोपाठ ते आत शिरले. अण्णांनी सोवळं बदललं आणि त्यांना विचारलं,

'बापू, पाटलांच्याकडे काय बोलला तुम्ही?'

'कुठं काय अण्णा!'

'असली उडवाउडवी नको, बाळू-बापू! पण एक सांगावसं वाटतं. आपलं घर ब्राह्मणाचं. ब्राह्मणाची अब्रू चावडीवर कधी गेली नाही. ती तुम्ही जाऊ देऊ नये.'

'पण, अण्णा—'

'गप बसा.' अण्णांचे डोळे एकाएकी भरून आले, 'मी कधी तुम्हाला भावाची पोरं समजलो नाही. तुम्हाला वाटणी पाहिजे होती तर मला सांगायचं होतंत, मी आनंदानं वाटणी दिली असती. त्यासाठी पाटलाला मध्यस्थ करायची पाळी निदान तुमच्यावर तरी आली नव्हती.'

'पण काका, ते तुम्हीच समजून घ्यायला हवं होतं!' बापू म्हणाला. अण्णा चपापले. त्यांनी रोखून दोघांकडे पाहिलं. डोळ्यातलं पाणी शक्य तो आवरण्याचा प्रयत्न करीत आण्णा घरात गेले. परत जेव्हा आले तेव्हा त्यांच्या हातात काढणीचा गोळा होता. तो बापूच्या हातात देत ते म्हणाले,

'ही घ्या दोरी; करा वाटणी आणि घ्या मनाला येईल ते; झालं समाधान?'

बाळू-बापू काही बोलले नाहीत. अण्णाही घराबाहेर पडले. दोनप्रहरी ते परत आले तेव्हा बाळू-बापू उभे होते. अण्णांनी विचारलं, 'झाल्या वाटण्या?'

बापू खाकरला. तो म्हणाला, 'काका, ही पुढची तीन आखणं तुम्ही घ्या. पुढचा भाग तुम्हाला घ्या. आम्ही राहतो मागं.'

'ठीक आहे; जेवलात?'

'नाही.'

'पानं वाढायला सांग तुझ्या वहिनीला.'

दोन दिवस असेच गेले. एके दिवशी संध्याकाळी बापू अण्णांना म्हणाला, 'अण्णा, भांडी तेवढी वाटणी करून द्या. उद्या मुहूर्त आहे; तेव्हा...'

'समजलो. घर फुटताना मुहूर्त रे कसला बघतोस?'

अण्णांनी स्वतःच्या हातानं भांड्यांच्या वाटण्या केल्या. जेवताना बसल्या जागेवरून अण्णांनी हाक मारली—'बापू—'

'काय काका?' पलीकडून आवाज आला.

'जेवलात का रे?'

'होय काका?'

'अण्णा काय ठरवलंय तुम्ही?'

'कसलं?'

'परसूसकट दिलंत त्यांना, आज कुपण करून घेत होते.'

'अरे, ते काय दोन आहेत? कुणी परके का आहेत? घेऊ दे त्यांना काय घ्यायचं ते.'

'अण्णा, आज असं म्हटलंत तर उद्या डोक्याचे केस राहणार नाहीत!'

'अरे, त्यांना तरी कोण आहे? मी घ्यायचं नाही तर कुणी घ्यायचं?'

कंटाळून विश्वनाथ आत निघून गेला. अण्णा मात्र बरीच रात्र होईपर्यंत कट्ट्यावर बसून होते.

घराची वाटणी झाल्यानंतर एक महिना कसाबसा उलटला आणि एक दिवशी बापूनं अण्णांना देवळात गाठलं. अण्णांनी विचारलं, 'काय बापू?'

'काही नाही काका.'

'एवढ्या लौकर बरा इकडं फिरकलास?'

'काका?' डोकं खाजवत बापू म्हणाला.

'काय बोल ना?'

'शेताचं तेवढं...'

'शेत! शेताचं काय?'

'घराची वाटणी केलीत काका, पण घरात खायचं काय?'

'खायचं काय? शेताची वाटणी पाहिजे होय तुला?'

बापू काही बोलला नाही. अण्णा म्हणाले, 'अस्सं, एवढ्यासाठी आलास होय? घर नव्हतं काय हे बोलायला? पण जास्त ताणलं की केव्हातरी तुटतं. चार एकराचा मळा आहे; पण ती जमीन देवस्कीची आहे. त्यात वाटण्या पडत नाहीत बाबा.'

'मग शेताची वाटणी नाहीतर!' बापू डोळ्याला डोळा देत म्हणाला.

'अरे वा! काकावर डोळे वटारण्यापर्यंत मजल गेली? नाही? नाही बापू, शेतात वाटणी होणार नाही.'

'कशी होत नाही ते बघू आम्ही!'

'बापू! कोर्टाच्या धमकावणीला मी भिणारा नव्हे. माणूस भितो तो आपल्या मनाला, लोक-लाजेला. तुम्ही स्वतःहून अब्रूचे धिंडवडे काढायला उठू नका. सत्यानाश होईल त्यात. कौरव-पांडवांचं युद्ध झालं. कौरवांचा संहार झाला; पण त्याचबरोबर पांडवांना विजय मिळवूनही राज्य भोगता आलं नाही. जे कौरव-पांडवांना जमलं नाही ते तुम्ही करू नका.'

'कुचमत जगण्यापेक्षा मेलेलं परवडलं! आमचे आईबाप असते...'

'बापू' – अण्णा ओरडले. त्यांचा आवाज भरून आला. ते म्हणाले, 'जेव्हा तेव्हा त्याचं नाव कशाला घेता रे! तो असता तर तुम्हाला ही बुद्धी का सुचली असती? बाप्पा, जा चालता हो. त्या चार एकरात वाटणी करा जा. मी आडवा

येणार नाही.'

बापू आनंदानं माघारी वळला.

जमिनीच्या वाटण्या झाल्या.

गुऱ्हाळ संपलं. पाण्याची चौथाई देऊन अण्णांनी चार गाड्या गूळ भरला, अण्णा गाड्यांबरोबर पेठेला गेले. पेठेतच बापू-बाळूची जोडी पुढं आली.

'काका! गूळ आणलात वाटतं!'

'होय रे! ज्याचं त्याचं देणं भागवून मोकळं झालेलं बरं.'

'तेच म्हणतोय आम्ही!'

'म्हणजे?'

'काका, किती फसवणार आम्हाला?'

'काय, काय म्हणालास?' विस्फारित नेत्रांनी अण्णांनी विचारलं.

'आम्ही गावात नसलेले बघून गाड्या भरल्यात; पण आमची वाटणी चुकेल होय?'

'कसली वाटणी?'

'गुळाची. दोन गाड्या गूळ आमचा.'

'बापू, वाटण्या यंदा झाल्यात. पीक यायला कष्ट करावे लागतात. तुम्ही कसंही पिकवा. नको कोण म्हणतंय?'

'आजवर पुष्कळ खाल्लंत, काका; आता मरायची पाळी आलीय आमच्यावर. मुकाट्यानं दोन गाड्या देऊन टाका.'

'तर तर!' हात उडवीत अण्णा म्हणाले.

'बच्या बोलानं द्या काका; नाहीतर—'

'काय करशील रे?'

'बघाच की! बाळू—'

बाळूनं खूण केली. पुढच्या दोन्ही गाड्यांबरोबर बाळू जाऊ लागला. गाडीवानांना थांबवण्यासाठी अण्णा पुढं सरकले तोच बापूनं त्यांचा हात धरला.

'अण्णा, उगीच शोभा करून घेऊ नका. गाडीवान तुमचं ऐकणार नाहीत!'

अण्णांनी पकडलेल्या मनगटाकडे पाहिलं. बापूकडे दृष्टी वळताच बापूनं मनगट सोडलं. अण्णा संतापानं थरथरत होते. बापू गाड्यांपाठोपाठ निघून गेला.

गाडीवान अण्णांच्याजवळ येत म्हणाला, 'तरी आम्रा मला संशीव होताच. काल हे सारखे त्या गाडीवानाच्या घरातनं येरझाऱ्या घालून खेळत व्हते.'

'असूदे! गाड्या आपल्या आडत्याकडे घ्या.'

अडत्याच्या दुकानात जाताच अडत्यानं विचारलं, 'किती आणलात गूळ?'

'दोन गाड्या.'

'दोनच!'

'हो!'

'पण पेठेत तरी चार गाड्या आल्या ना?'

'त्या—' अण्णा कुचमले, 'त्या आमच्या नव्हेत. वाटण्या झाल्यात.'

'हे ऽ ऽ अण्णा, आज वीस वर्षं धंदा करतोय मी. एकाकडून पैसे घेऊन दुसऱ्याला गूळ लावण्याची पद्धत माहीत आहे मला; वाटलं नव्हतं तुम्ही असं कराल म्हणून.'

दुसऱ्या दिवशी अण्णा गावी परतले. विश्वनाथनं विचारलं, 'अण्णा, गूळ गेला?'

'हो.'

'मी ऐकलं ते खरं?'

'काय?'

'दोन गाड्या...'

'हो! पण तुला कुणी सांगितलं?'

'ते आले नव्हे का? साऱ्या गावभर फुशारकी मारत फिरताहेत...'

'फिरू देत, दोन गाड्यांनी कुणाचं नशीब जात नाही!'

हे सारं अण्णांना पडल्या पडल्या आठवत होतं. त्यांच्या डोळ्यात पाणी येत होतं; आटत होतं जेव्हा तो विचार असह्य झाला तेव्हा ते उठले.

उन्हं कलंडली होती. चूळ भरून, रुमाल बांधून ते शेताकडे जायला निघाले तेव्हा त्यांच्या चेहऱ्यावर दु:खाची छायाही नव्हती.

विश्वनाथनं सांगितलं ते काही खोटं नव्हतं. पलीकडच्या घरात रात्रंदिवस हसणं उसळत होतं, बऱ्यावाईट गोष्टी कानावर पडत होत्या. गावात कुठंही गेलं तरी अण्णांना प्रत्येकजण गुळाच्या गाड्यांबद्दल विचारत होता. अण्णा सारं ऐकून न ऐकल्याचं भासवत होते. येईल तो दिवस घालवत होते...

अण्णांना नेहमीप्रमाणे जाग आली; अण्णा उठले. गोदावरी आधीच उठली होती. उजाडायला आलं होतं. गडबडीनं अण्णा उठले, त्यांनी पंचा, घागर घेतली आणि सुनेला सांगून ते घराबाहेर पडले.

नदीवर स्नान आटोपून, घागर भरून ते घरी आले. रस्त्यावरूनच त्यांनी हाक दिली, 'गोदावरी.'

गोदावरीनं गडबडीनं पूजासाहित्याचं तांम्हन आणून ओट्यावर ठेवलं. ते तांम्हन घेऊन, खांद्यावरची घागर सावरत, पायातल्या खडावा वाजवत अण्णा देवळाच्या दिशेने सुटले. देवळाच्या कट्ट्यावर त्यांनी घागर ठेवली. अशा सकाळीही त्यांना त्या घागरीच्या ओझ्यानं दमल्यासारखं झालं. पेठेतून एक छोटीशी बिंदगी आणवून

घ्यायचं त्यांनी मनाशी ठरवलं आणि ते पायऱ्या चढले. गाभाऱ्यातून खाकरण्याचा आवाज आला. एवढ्या लौकर आणि गावाबाहेरच्या देवळात कोण असावं ह्याच अंदाज त्यांना करता येईना. त्यांनी पायरीवरूनच हाक दिली, 'कोण ते?'

'मी—' आतून आवाज आला.

'मी कोण? नाव आहे की नाही?'

'मी जोत्या.'

'जोत्या? महाराचा?'

'व्हय!'

अण्णा स्तिमित होऊन पायरीवरच उभे राहिले! जोत्या महार दोन वर्षांपूर्वी एस्. एस्. सी. पास होऊन गावात आला होता. गावात, महारवाड्यात झकपक कपडे घालून फिरायचा. गावच्या हरिजनमंदिरप्रवेशाच्या वेळी जोत्याचाच पुढाकार होता. पण जोत्या एवढ्या सकाळी देवळात का, त्याचा काही अण्णांना तर्क करता येईना.

'काय करयतोयस रे गाभाऱ्यात?' अण्णांनी विचारलं.

'पूजा करतोय आन्रा.'

'पूजा?'

'व्हय, पूजा करतोय! का, कुनाची हरकत हाय?'

स्वत:ला सावरत अण्णा म्हणाले,

'हरकत कसली? पण अद्याप माझी पूजा झाली नाही.'

अण्णांनी बारीक नजरेनं पाहिलं. फाकणाच्या बाहेरच्या उजेडाबरोबर गाभारा उजळत होता. खरंच, जोत्या देवावर फूल चढवत होता. बसल्या जागेवरूनच तो म्हणाला, 'देऊळ गावकीचं आहे, आन्रा! आणि हरिजनांना देवळात शिरून दोन वर्स होऊन गेली–'

अण्णांचा तोल सुटत होता. संयम राखून ते म्हणाले, 'बाबारे! देव साऱ्यांचा. पण रीत सोडू नये माणसानं. माझी पूजा झाल्यावर केली असतीस तर चाललं असतं!'

'का? तुमच्या मागनं का? आधी केली तर पोचत न्हाई देवाला?'

'मला बोलतोस जोत्या अरे, वयाकडं तरी बघायचं होतंस!'

'वयाकडं बाईच्या बघायचं. तुमच्या वो काय बघायचं?' म्हणत जोत्या मोठ्यानं हसला. गाभाऱ्यात आवाज घुमला.

अण्णा उफाळले. ते ओरडले. 'उलट बोलतोस मला? तुझ्यासारखा फुकट्या नाही मी. देवाचं उत्पन्न खातोय पूजेसाठी. बच्या बोलानं बाहेर पड. तुझ्या बानं केली होती पूजा?'

'जादा बोलशील तर दात होतात दीन असले तर—' जोत्या तणतणला.

अण्णा उभ्या उभ्या थरथरू लागले. पायात खडावा असल्याचं त्यांना भान राहिलं नाही. त्यांची कानशिलं गरम झाली. तरारा ते आत घुसले.

'हलकटा!' म्हणत त्यांनी खडाव काढली आणि जोत्यावर फेकली. जोत्यानं मागं वळायला आणि खडाव कपाळावर आदळायला एकच गाठ पडली. कपाळ हातांनी आवरून जोत्या क्षणभर बसून राहिला आणि दुसऱ्याच क्षणी बिळातून भुजंग बाहेर पडावा तसा तो गाभाऱ्यातून फसफसत बाहेर आला.

अण्णा एक पाऊल मागं सरकले तोच जोत्यानं अण्णांच्या श्रीमुखात भडकावली! हातातलं ताम्हन उधळलं गेलं. कुंकवाची कोयरी, निरांजनं, बेल-फुलं आवाज करीत देवळात विखुरली.

अण्णा तोल सावरत ओरडले,

'म्हारड्या! ही हिंमत?' आणि ते जोत्याला भिडले. जोत्यानं डाव्या हातानं अण्णांना जोरानं ढकललं. भिंतीला पाठ आदळून अण्णा खाली पालथे पडले. पडल्या जागेवरून त्यांनी पाहिलं तो देवळात शिरणाऱ्या उन्हातून जोत्याची सावली देवळाबाहेर पडत होती.

काही क्षण अण्णा तसेच पडून राहिले. हात टेकून ते बसते झाले. पाठीतून एक सणक उठली. अण्णांना हुंदका आवरला नाही. डोळे पुसत ते कसेबसे उभे राहिले. त्यांनी जोरानं श्वास घेतला. डोळे पुसून ते विखुरलेलं पूजासाहित्य गोळा करू लागले. तेवढं सामान गोळा होताच ते बाहेर गेले. त्यांनी घागर कष्टानं उचलली आणि ते परत गाभाऱ्यात शिरले. त्यांचे ओठ पुटपुटत होते. तेथे पडलेली खडाव त्यांनी जोरानं बाहेर फेकली. सारी पिंडी त्यांनी धुऊन स्वच्छ केली. कशीबशी पूजा आटोपली आणि ते गावात आले. नेहमीप्रमाणं त्यांनी घागर कट्ट्यावर ठेवली आणि ते तसेच कट्ट्यावर भिंतीला टेकून बसले.

विश्वनाथ बाहेर आला. त्यानं अण्णांकडं पाहिलं. अण्णा नुसता पंचा लावूनच ओट्यावरच्या भिंतीला टेकून बसले होते. त्यांचे डोळे मिटलेले होते. कपाळावरची शीर न् शीर उठून दिसत होती. नेहमी अण्णा पूजेहून आले की घरात जात, कपडे बदलत आणि मग चुलीपुढं जाऊन गोदावरीनं दिलेला चहा घेत; गप्पा मारत बसत.

विश्वनाथनं हाक मारली, 'अण्णा–'

'हं!' म्हणत अण्णांनी डोळे उघडले. डोळे तांबडेबुंद झाले होते.

'अण्णा, बरं का नाही?'

स्वत:ला सावरत अण्णा गडबडीनं म्हणाले, 'नाही, तसं नाही. पाठ सळकलीय म्हणून बसलो. चल, आलोच.'

विश्वनाथ आत जाताच अण्णा कष्टानं उठले. त्यांनी कपडे बदलले. गोदावरीनं दिलेला चहा पिऊन ते परत पडवीत आले. खुंटीवरचं कांबळं ओढून त्यांनी एका

कोपऱ्यात पसरलं आणि त्यावर आडवे झाले. विश्वनाथ काही क्षण तेथेच घोटाळला व बाहेर निघून गेला. दोन प्रहरी अण्णा जेवले नाहीत. ते म्हणाले, 'जरा अंग मोडून आलंय. आज लंघनच केलेलं बरं!'

दोन प्रहरी गोदावरीनं विचारलं, 'टरपेन लावून जरा पाठ चोळू का?'

'नको ग! होईल बरं. आता कमी आहे.' भिंतीकडचं तोंड न फिरवता अण्णांनी उत्तर दिलं.

संध्याकाळी अण्णा बसते झाले. सकाळपासून पाण्याखेरीज त्यांनी काही घेतलं नव्हतं. गोदावरीनं समोर ठेवलेला चहाचा कप त्यांनी तोंडाला लावून खाली ठेवला तोच विश्वनाथ घरात आला. तो एकदम अण्णांना म्हणाला, 'तुम्ही जोतीबा कांबळेला मारलंत?'

'कोण म्हणतं?' अण्णांनी दचकून विचारलं.

'सारं गाव चावडीसमोर गोळा झालंय, अण्णा.'

'अस्सं?'

'खरंच तुम्ही...'

'हो, मारलं.' अण्णा शांतपणे म्हणाले.

'आण्णा वो!' बाहेरून हाक आली.

'कोण ते?' अण्णांनी विचारलं.

'मी भिवा तळवार.'

'का रे?'

'पाटलांनी बोलावलंय चावडीवर!'

विश्वनाथ दाराशी गेला व म्हणाला, 'भिवा, पाटलांना सांग—म्हणावं, अण्णांना बरं नाही...'

'थांब, विश्वनाथ.' अण्णा उठत म्हणाले, 'जातो मी.'

'मीही येतो.'

'नको. घरी राहा. मी बघतो सारं—' म्हणत अण्णांनी डोक्याला रुमाल बांधला व ते बाहेर पडले.

चावडीसमोर सारं गाव गोळा झालं होतं. पाटील, गावचे पंच चावडीत बसले होते. शेजारीच जोत्या महार दिसत होता. बाळू-बापूही तेथे होते. अण्णा येताच शांतता पसरली. लोकांनी वाट करून दिली. चावडी चढून अण्णा वर गेले; पण कुणी उठून जागा दिली नाही. जेथे जागा मोकळी होती तेथे अण्णा उभे राहिले.

पाटील खाकरले. घसा साफ करून ते म्हणाले, 'अन्ना, तुम्ही जोत्याला खडावांनं मारलंत म्हनं.'

'कोण म्हणतं?'

'हा काय जोतीबा. त्यानंच गावकीसमोर तक्रार आनलीय.'

'आणि काय म्हणतोय?'

'अन्ना, तुम्ही मारलंत काय?' पाटलांनी सरळ विचारलं.

'हो मारलं.' अण्णा म्हणाले. जमावात कुजबूज झाली. 'पण का मारलं ते नाही विचारलंत?'

'अन्ना! का मारलं, कसं मारलं ते काय करायचं घेऊन? पूर्वीचे दिवस गेले. अन्ना, आता हरिजनांना मारून कसं चालेल?'

'आणि त्यांनी मारलं तर?'

'मारलं तर का?' जोतिबा उठत म्हणाला. त्याच्या डोक्याला पट्टी बांधली होती, 'मारलंच की! मग काय जोड्यानं मार खाऊन गप्प बसू?'

सारे हसले. पाटील म्हणाले, 'गप रे जोत्या. अन्ना, हे मातूर माहीत नव्हतं हा! हे तुम्ही सांगाय पायजे व्हतं.'

'मी सांगू? एका महारानं मला मारलं म्हणून मी सांगू?'

'नका सांगू!' पाटील म्हणाले, 'त्यो तुमच्या मर्जीचा प्रश्न हाय, कसं मंडळी?'

पंचांनी माना डोलावल्या. क्षणभर शांतता पसरली. बापू-बाळू हसू दाबत होते पाटील सांगू लागले,

'मग तुम्ही मारलंसा तर! आता पुढं कसं करायचं? अन्ना, झाली गोष्ट होऊन गेली. पहिलीच खेप हाय तुमची. चुका साऱ्यांच्याच हातनं व्हत्यात. तवा पंचमंडळींनी असं ठरवलंय, तुम्ही पाच रुपये जोत्याला द्यावे आनि झाली गोष्ट दोघांनीबी इसरून जावी. कसं मंडळी?'

'व्हय, व्हय!'

अण्णा बोलले नाहीत. त्यांनी आजूबाजूला पाहिलं. विश्वनाथ केव्हा मागं उभा होता हे त्यांना कळलं नव्हतं. जानव्याची किल्ली सोडवून त्याच्या हातात देत अण्णा म्हणाले, 'पाच रुपये घेऊन ये.'

'पण अण्णा...'

'जा लौकर घेऊन ये.'

विश्वनाथ गेला. पाटील म्हणाले, 'पन, अन्ना, तुम्ही असं कराल असं वाटलं नव्हतं, शानीसवरलेली मानसं तुम्ही...'

'पाटील, साठीचं वय माझं. मला माहीत आहे ह्याला कुणाची फूस आहे ती!'

'हां काका! आमचं नाव ज्यात त्यात घ्यायचं कारण नाही. सांगून ठेवतो.'

'नाही बाबांनो, तुमचं नाव कशाला घेऊ?'

अण्णा अस्वस्थ उभे राहिले. कुजबूज सुरू झाली. विश्वनाथ आला. त्यानं दिलेली पाच रुपयाची नोट पाटलासमोर ठेवत अण्णा म्हणाले,

'घ्या! जाऊ आता?'

'जावा! पन परत असं करू नका!'

'नाही करणार!'

अण्णांनी पंचांना हात जोडले आणि ते चावडी उतरले. लोकांनी करून दिलेल्या वाटेतून ते बाहेर पडले. घरासमोर त्यांची पावलं अडखळू लागली. विश्वनाथनं दिलेला हात त्यांनी झिडकारला. ते पायरीवर तसेच उभे राहिले.

विश्वनाथ नाक ओढत मागे उभा होता. गोदावरी दारात आली. तिनं दोघांकडे पाहिलं व ती म्हणाली, 'चलावं आत! असं पायरीवर किती वेळ उभं राहायचं?'

अण्णांनी मान वर केली. सुनेकडे पाहिलं आणि सारं बळ एकवटून ते म्हणाले, 'आत येऊ मी? मुली, ब्राह्मणाच्या घरात शूद्रानं कधी प्रवेश केलाय का ग?'

—आणि एवढं बोलून ते ओट्यावर उभ्या उभ्या कोसळले आणि मुसमुसून रडू लागले...

❖

कैफ

❀

वैताकवाडीवर काळजी पसरली होती. तरणा पाऊससुद्धा चांगल्या चार सरीही न ओतता गेला होता. शिवारात उगवलेलं भात वितीवर येऊन करपलं होतं. हा तडाखा चारपाच खेड्यांच्या टापूला बसला होता. म्हातारा पाऊस तोंडावर घेऊन परत पेरणी करणं धोक्याचं होतं. तरीही कित्येकांनी कुळव शेतात घातले होते. वर्षअखेरीचे दिवस असल्याने परत पेरा करायला पदरी भातही नव्हतं. शिवारात पीक नाही, पदरी दाणा नाही, अशी स्थिती वैताकवाडीची झाली होती.

वैताकवाडीचे इनामदार भाऊसाहेबही ह्यातून सुटले नव्हते. त्यांचा ऊस बरा होता, पण भाताच्या शिवारानं मार खाल्ला होता. गावच्या वतीनं त्यांनी दोनतीन अर्ज केले होते. पिकाबरोबरच गवताची टंचाई भासत होती. पूर येण्यासारखा पाऊस न झाल्यानं गवत कापणीला आलं नव्हतं. भाऊसाहेबांच्या मळ्यातल्या पाण्यावर वाड्यातली व गावची जनावरं कशीबशी जगत होती. आकाशात ढग होते आणि गावची माणसं ते डोक्यावरून जाताना बघत होती. अजूनही पाऊस पडला तर एका काडीवरची भातं परत सजतील अशी वेडी आशा गावकऱ्यांना वाटत होती. पेरलेलं पीक मोडून परत कुळव घालायला त्यांचं मन धजावत नव्हतं.

त्याच वेळी गावात अफवा उठली की, दुष्काळी भागाची पाहणी करण्यासाठी अंमलदार येणार. त्या अफवेबरोबरच पावसाच्या उभ्या सरी कोसळू लागल्या. सारखा दोन दिवस पाऊस पडत होता. नदीचं पाणी पात्र सोडून शिवारात पसरलं. गादे पाण्याने भरून गेले. ज्यांनी नवीन पेरा केला होता त्यांची दातखीळ बसली आणि जे धीर धरून होते ते बोलू लागले. पावसानं उघडीप देताच गावात धावपळ उडाली. मजुरीनंसुद्धा माणूस मिळणं कठीण जाऊ लागलं आणि त्याच वेळी तालुका-मामलेदार येणार आणि तगाई देणार म्हणून कोलकारानं गावात सादवलं.

गावच्या पाटलांनी चावडी सारवून घेतली. बैठक हंतरली. हळब्यांनी घागरी भरून ठेवल्या. दोनप्रहरापासून पावसानं परत जोर केला. पाटील, तलाठी, सनदी-सारे नदीवर हजर झाले. साऱ्यांच्या नजरा पैलतीराला लागल्या होत्या. दिवस मावळला तरी बैलगाडी नजरेत आली नाही. दिसेनासं झाल्यावर सारे चावडीत आले. गार वारा घोंगावत चावडीत शिरत होता. जमलेले लोक आपापल्या घरी पांगले.

पाटील, तलाठी, हळब सारे चावडीत काकडत बसून राहिले.

त्याच वेळी नदीवर बसलेल्या कोलकारानं वर्दी आणली की साहेब आले! परत धावपळ झाली. पेठेतल्या एका दुकानातली बत्ती काढली गेली. नदीकाठावर सारे जाऊन उभे राहिले. पलीकडे एक लुकलुकणारा दिवा दिसत होता. पावसाची भुरभुर सुरू झाली होती. नाव दिसू लागताच पाटील छत्री घेऊन पुढे झाला. तलाठी, हळब पाठोपाठ धावले.

नावेतून मामलेदार आणि त्यांच्याबरोबरची पाचसहा माणसं उतरली. छलकाटे अंग, रेखीवर मिशा, गौरकांती चेहरा असा तो मध्यम वयाचा मामलेदार होता. त्यांच्या अंगावरचा सूट काही ठिकाणी भिजला होता. काठावरच्या माणसांवरून नजर टाकीत त्यांनी पाटलाला विचारलं,

'पाटील, गाडीला चांगले बैल दिलेत! दहा ठिकाणी जनावरं बसली.'

'साहेब, कालच आपलं पत्र आलं, त्यामुळं...' पाटील चाचपडला.

'हं! इनामदारांचे बैल नव्हते?'

'कामावर होते, साहेब.'

'बैल नव्हते तर घोडं पाठवायचं.'

'इनामदारांनी घोडा विकला साहेब.'

'हं! इनामदार आहेत का गावात?'

'आहेत, साहेब.'

'मग त्यांना आम्ही येणार ते कळवलं नाही?'

'कळवलं होतं साहेब.'

'हं! चला!'

एक बत्ती नि दोन कंदिलांच्या उजेडात ते सारे गावात शिरले. चावडीसमोर येताच हळब बत्ती घेऊन चावडीच्या पायऱ्या चढला. पाठीमागून येणाऱ्या मामलेदारांनी विचारले,

'आँ! इकडे कुठं?'

'इथंच व्यवस्था केलीय, साहेब. इनामदार साहेबांच्याकडे पाहुणे आलेत, त्यामुळं...'

'हं! त्यांना बोलावणं पाठवा.'

'जी साहेब!'

'उद्याच्या तगाई-वाटपाची तयारी झाली?'

'होय साहेब.' तलाठी म्हणाला.

'सगळीकडे सादवलं होतं?'

'होय, साहेब.'

'हं!' म्हणत मामलेदारांनी चावडीत प्रवेश केला. कोट काढला आणि त्यांनी पलंगावर अंग टाकलं. पाटील, हळबांची धांदल उडाली. रात्री दहा वाजता जेवण तयार झालं आणि सारे जेवले. त्या साऱ्या प्रकारानं साहेब संतापले होते. इनामदारांची

वाट पाहून शेवटी मामलेदार झोपी गेले.

सकाळी उन्हं चढली तेव्हा चावडीसमोर लोक गोळा झाले. एकेक इसमाला बोलावून तगाई देण्याचं काम चालू होतं. दहाच्या सुमारास भाऊसाहेब इनामदार चावडीचा कट्टा चढले. मामलेदारांना त्यांनी नमस्कार केला. मामलेदारांनी नमस्काराचा स्वीकार करून म्हटलं–'या, बसा इनामदारसाहेब!'

भाऊसाहेब इनामदार खुर्चीवर बसले. काही वेळानं मामलेदारांनी विचारलं, 'तुमचं घोडं विकलंत म्हणे?'

'हो.'

'आम्हाला काल गाडीही मिळाली नाही.'

'का? गाडी पाठवली असं पाटील म्हणत होते.'

'हो, पण तुमची नव्हे.'

'आधीच माणसांची जोडणी केली नसती तर पाठवली असती गाडी.'

'घोडं बरं विकलंत?'

'फार खर्चाचं होतंय, साहेब. परवडत नाही ह्या दिवसांत.'

'काहीतरीच सांगता! अहो, हत्ती रोडावला म्हणून उंदीर थोडाच होतो?' मामलेदार स्वतःच्या विनोदावर खूष झाले होते.

किंचित हसून भाऊसाहेब म्हणाले, 'हत्ती राहिलो नाही तरी उंदीर होऊ नये म्हणूनच धडपड चालली आहे.'

किंचित गंभीर होऊन मामलेदार म्हणाले, 'अस्सं! काय म्हणतात तुमची पिकं?'

'जे गावचं तेच आमचं.'

'तसं कसं होईल! तुमची पिकं चांगली असणार. तुम्ही फार कष्ट घेता म्हणून ऐकतो.'

मामलेदारांच्या शब्दातल्या उपरोधाकडे दुर्लक्ष करून भाऊसाहेब म्हणाले, 'नदीवरच्या पाण्याचा ऊस बरा आहे, पण भात गेलंच.'

'त्याला इलाज नाही.'

'हो.'

त्याच वेळी तलाठी पुढं आला व त्यानं सर्व काम पुरं झाल्याचं सांगितलं. कामावरून नजर टाकून मामलेदार उठले. समोर जमलेल्या लोकांवरून नजर फिरवीत ते बोलू लागले,

'शेतकरीबंधूनो, तुमच्याकडच्या परिस्थितीची बातमी कळताच मी इथं धावत आलो. आता जी तगाई वाटली गेली, त्यामुळेच तुम्हाला धीर आला. तुमच्या पाठीशी सरकार आहे, हे तुमच्या ध्यानी आले असेलच. नवीन कूळकायदा सरकारनं तुमच्यासाठी केला आहे. त्याचा फायदा तुम्ही घेतला पाहिजे. कसेल त्याची जमीन

आहे. जमिनीचे मालक तुम्ही आहा. खंडाची भीती बाळगू नका. सरकार तुमचं आहे. तुमच्यावर आता कुणीही अन्याय करू शकणार नाही. तुम्ही अडचणीत आहा, हे समजताच मी असेन तिथून धावत येईन. इथं बसलेले इनामदार पदवीधर आहेत, समंजस आहेत. त्यांना मी तुम्हाला चार शब्द सांगण्याची विनंती करतो.'

अचानक आलेल्या जबाबदारीनं भाऊसाहेब गोंधळले. मामलेदार गालात हसत होते. गावकरीही थोडे अस्वस्थ झाले होते. टाळ्यांच्या गजरात भाऊसाहेब उभे राहिले. किंचित खाकरून ते बोलू लागले,

'मामलेदारसाहेब आणि शेतकरी मित्रहो, आजचा दिवस खरोखरच सुवर्णाक्षरांनी लिहून ठेवावा लागेल. गेले महिनाभर आपण सारे पिकाच्या काळजीत होतो. अशा संकटाच्या वेळी आपल्याला मदत मिळाली यावरून आपलं सरकार आपल्या पाठीशी आहे हे आम्हांला समजलं आहे. आपण आता स्वतंत्र नागरिक आहो. पण स्वातंत्र्य आणि स्वैराचार ह्यात फार फरक आहे. तो फरक आपण ओळखून घेतला पाहिजे. स्वतंत्र नागरिक व्हायचं असेल तर अनेक जबाबदाऱ्या अंगावर घेतल्या पाहिजेत. आज तुम्ही हक्कानं तगाई घेत आहा. आज ज्या आनंदानं तुम्ही इथं जमला आहा त्याच आनंदानं, जेव्हा हे मामलेदारसाहेब तगाई वसुलीसाठी येतील नि तगाई भागवली नाही म्हणून तुमच्या घरावर जप्ती आणतील, तेव्हाही तुम्ही जमलं पाहिजे. आता आपण सारे स्वतंत्र नागरिक आहो; आणि हे मामलेदारसाहेब सरकारनं आपल्या सेवेसाठी नेमले आहेत. आपल्या अडचणीच्या वेळी त्यांनी येणं हे त्यांचं कर्तव्य आहे. असे कर्तव्यदक्ष अधिकारी आपणास मिळाले हे मोठं भाग्य! शिवारात घातीची कामं आहेत तेव्हा ते आपला अधिक वेळ घेणार नाही. गावच्या वतीनं साहेबांचे आभार मानून मी हे भाषण संपवतो.'

इनामदार बसले. मामलेदारांचा चेहरा गंभीर झाला होता. सारे लोक निघून जाताच दोघेही चावडीत गेले. आत जाताच ते उसळले,

'भाऊसाहेब, काय बोललात तुम्ही?'

'खोटं काय बोललो मी, साहेब?'

'आम्ही जप्तीवर जातो काय?'

'आपला गैरसमज होतो आहे, साहेब! मी येवढंच म्हणालो की, जर तगाई भरली नाही तर जप्ती येईल.'

'पण ही अवदसा तुम्हाला का आठवते?'

'त्याला शेतकरी व्हावं लागतं. आता शिवार उभं राहणं कठीण आहे, साहेब! घरच्या गरजेस्तव घेतलेले पैसे उद्या ह्या लोकांना फेडणं कठीण जाईल.'

'मग आजच हे सांगायचं काय नडलं होतं?'

'साहेब, तगाई वाटताना आणि मी इथे हजर असताना खंड देऊ नका हे

सांगण्याचं काय कारण होतं?'

तो संवाद ऐकून तलाठी आणि पाटील गडबडीनं चावडीबाहेर गेले. आपल्या कोरीव मिशा कुरवाळीत मामलेदार म्हणाले,

'इनामदारसाहेब, इनामं गेली, तरी तुमची वृत्ती बदलली नाही. सुंभ जळला तरी पीळ आहे हं!'

भाऊसाहेब तेवढ्यातच शांतपणे म्हणाले, 'कल्पना चुकीची आहे, साहेब. आमचा पीळ केव्हाच गेला. इनामं गेली; आम्ही शेतकरी झालो. नवीन जीवनाच्या ज्याला ज्या वाटा सापडल्या त्या त्यांनी पकडल्या. पण पीळ राहिला तो तुमचाच.'

'मतलब?'

'भारत स्वतंत्र होताच समाजरचना बदलली. संस्थानं गेली. जहागिरी गेल्या. इनामं नष्ट झाली. त्याप्रमाणं आम्हीही बदललो. नोकरी-शेतीसारखे ज्याला जे मार्ग जमले ते त्यांनं जवळ केले. पण अद्याप इंग्रजी राजवटीत अंगवळणी पडलेली हुकूमशाही तुमच्यासारख्या काही अधिकाऱ्यांच्या ठायी दिसून येते, त्याचं आश्चर्य वाटतं. आमची इनामं गेली तरी तुम्हाला आमची सरबराई हवी, घोडी हवी आणि तीही प्रेमानं नव्हे तर हक्कानं. हुकूमत गाजवण्याची तुमची हौस अद्याप भागली नाही.'

'फार बोलताहात तुम्ही? एका अधिकाऱ्याचा उपमर्द करीत आहात.'

'पण त्याहीपेक्षा एका स्वतंत्र नागरिकाचा अपमान करण्यास तुम्ही धजावलात ते? तुम्ही बोलावलं म्हणून मी आलो. चारचौघांत तुम्ही माझी हेटाळणी केलीत, तरीही मी स्वस्थ राहिलो. पण तुमचं मन तेवढ्यानं थंड झालं नाही. सभेमध्ये तुम्ही माझा उल्लेख केलात. कुठला स्वाभिमानी आणि स्वतंत्र नागरिक हे सहन करील? इनामदाराच्या घरात जन्माला आलो हा काही गुन्हा नव्हे. तसाच तो कुणी ठरवलेलाही नाही.'

संतापलेल्या भाऊसाहेबांकडे पाहात मामलेदार म्हणाले, 'समजतात मलाही बोलणी. पण भाऊसाहेब, अद्याप तुमची माझ्याकडे कामं आहेत.'

'कुणाला धमकी देता, साहेब? भारत स्वतंत्र आहे. न्याय अद्याप जागा आहे. स्वतःला राष्ट्रपती समजू नका. माझ्यावर जर जाणूनबुजून अन्याय झालाच तर त्याची वरपर्यंत दाद मागण्याची अद्याप मला धमक आहे. तो माझा हक्क अद्याप शाबूत आहे.'

'फार रागवता बुवा तुम्ही!' मामलेदार आवाज बदलून म्हणाले.

'मी रागावलो नाही साहेब, आपणच रागावलात.'

'कोण आहे रे तिकडे?' मामलेदारांनी हाक मारली. पाटील धावत आला. त्याला चहा आणायला सांगून मामलेदार म्हणाले,

'चहाच्या कपातले हे वादळ आपण चहाच्या कपात बुडवू.'

चहा केव्हाच आला होता. परत गरम करून आणला गेला. भाऊसाहेबांनी कप रिकामा होताच विचारलं,

'साहेब, काही काम होतं?'

'नाही. सहज बोलावलं.'

'जाऊ मी?'

'का? गडबड?'

'शेतात हूट घालायचे आहेत. माणसं पुढं गेली आहेत.'

'बरं, आम्हीही संध्याकाळी जाणार.'

'ठीक.'

'तुमची गाडी मिळेल?'

'हो! मिळेल की! पाठवून देतो गाडी.'

'थँक्स! आणि भाऊसाहेब, माझ्या मनात काही नाही हं!'

'मी केव्हाच विसरलोय ते!'

'आम्ही पुढच्या खेपेला येऊ तेव्हा तुमच्या वाड्यातच उतरू.'

'आप्तस्वकीय नि मित्रांना वाड्याचे दरवाजे सदैव उघडे आहेत.'

'आणि मामलेदार म्हणून आम्ही आलो तर?'

'तर विचार करावा लागेल!'

'राग गेला नाही वाटतं?'

'रागाचा प्रश्नच येत नाही साहेब. आमच्या वाड्यात आपण उतरला तर ते आपल्याला, जनतेला अनहितकारक आहे. आमचीही तुमच्याकडे कामं असतात. तुम्ही वाड्यात उतरला तर गैरसमज पसरेल.'

'मग आजवर कुठं हे सुचवलं नाहीत?'

'तेव्हाचा प्रश्न निराळा होता. तेव्हा आम्ही इनामदार होतो. गावाबद्दल सरकारला जबाबदार होतो. एका अधिकाऱ्यानं दुसऱ्या अधिकाऱ्याचं स्वागत करावं असं ते स्वरूप होतं. इनामं गेली, आमची परिस्थिती पूर्वीची राहिली नाही. येईल त्या अधिकाऱ्याची सरबराई आता कशी जमणार?'

'खरं आहे ते! आम्ही तुमचे मित्र म्हणूनच येऊ.'

'त्या वेळी वाडा आपला आहे. बरं, येऊ मी?'

'या.'

इनामदार उठून आणि झरझर पावलं टाकीत रस्त्याला लागले. मामलेदार मोठ्यानं म्हणाले,—

'विक्षिप्तच दिसतो!'

पण कुणी काही बोललं नाही. इनामदार दिसेनासा होईपर्यंत मात्र मामलेदार त्याच्याकडे पाहात होते.

मेहमान

❀

देवास आणि इंदूर यांच्या सीमाप्रांतावर पसरलेल्या सोंदिया ठाकुरांची माहिती फारच थोड्यांना आहे. हिंदुस्थानात अनेक जाती अशा आहेत की, ज्यांची दखल फारशी घेतली गेलेली नाही. सोंदिया ठाकुरांची जातही अशीच आहे. ज्यांना ह्या जातीची ओळख आहे, ते ह्या ठाकुरांच्या जातीकडे फक्त लुटारू आणि दरोडेखोर म्हणून बोट दाखवतील. त्यांची अंत:करणे मात्र जाणून घेण्याचा प्रयत्न अद्याप कुणीच केलेला नाही.

हे लोक मूळचे रजपूत. १८५७ सालच्या बंडानंतर संपूर्णपणे चिरडली गेलेली ही अस्सल रजपूत जात आज रानवनात पसरली आहे. आपले जीवन दरोडे आणि लूट करून कंठत आहे. त्यांना कोर्टात जाणे म्हणजे अजूनही अपमान वाटतो. त्यांचे हात अपमानाचा बदला घेण्यास पूर्ण समर्थ आहेत आणि म्हणूनच जेव्हा मुलगा मुलीला पाहावयास जातो तेव्हा मुलीकडून पहिल्यांदा त्याच्या तलवारीला किती माणसांचे रक्त लागले आहे त्याची चौकशी होते. ही जात शब्दाची सच्ची आहे. त्यांची अंत:करणे भोळी, निरागस आहेत. त्यांच्या अंत:करणाचा विशालपणा अजूनही अबाधित आहे.

महाराष्ट्रात दरोड्यांची जी आपण हकीगत ऐकतो त्यावरून जर कुणी ह्या सोंदिया ठाकुरांच्या दरोड्याची कल्पना करील तर ते अगदीच चुकीचे ठरेल. सोंदिया ठाकुरांना रात्र सामील असते व जनावरे त्यांना वश असतात असा समज लोकांमध्ये पसरला आहे. ज्या गावावर दरोडा पडतो त्या गावामध्ये सकाळी एकही जनावर शिल्लक राहात नाही. गोठे ओसाड पडतात. कैक वेळा हे ठाकूर केव्हा आले आणि जनावरे केव्हा गेली ह्याचा मागमूसही लागत नाही. देवास, इंदूर भागात चोरीला गेलेली जनावरे पंढरपुराच्या बाजारालासुद्धा येतात. मग त्यांचा मागमूस कुठून लागणार?

त्या वेळी संस्थाने विलीन झाली नव्हती. देवास आणि इंदूर ह्यांच्या सीमाप्रांतावर वारंवार पडणारे दरोडे व लुटली जाणारी जनावरे ह्याने लोक हवालदिल झाले होते. ह्या दरोडेखोरांचा बंदोबस्त करण्यासाठी दोन्ही संस्थानांनी एक पोलिसदळ ठेवले होते. मी देवासच्या तुकडीमध्ये फौजदार होतो. दहा दहा पोलिसांच्या चार तुकड्या केल्या होत्या. रात्रीच्या वेळी सिप्रा, चुंबळ नदींच्या खोऱ्यातून आमच्या तुकड्या

भटकत असत.

ती रात्र अजून मला आठवते. अशाच एका तुकडीला बरोबर घेऊन मी टेहाळणीला बाहेर पडलो होतो. साऱ्या रानावर धूसरं चांदणे पसरलेले होते. हवेत गारवा अतिशय होता. साऱ्या रानावर भयाण शांतता पसरली होती. रानात सदैव कानी पडणारा रातकिड्यांचा आवाजदेखील त्याच शांततेचा भाग वाटत होता. झाडीझुडुपातून जाताना क्वचित फडफडत जाणारे एखादे वटवाघूळ त्या शांततेचा भंग करीत असे तेवढेच. मध्यरात्र उलटल्यावर आम्ही चुंबळ नदीचे पात्र ओलांडून सिप्रा नदीच्या पात्रात उतरलो होतो. नदीचे मोकळ्या पडलेल्या पात्रात उघडे पडलेले मोठे फत्तर त्या चांदणी प्रकाशात मोठे भयाण वाटत होते. अजून मुक्काम दोन अडीच मैलांवर असल्याने आम्ही झपाझप पावले उचलत होतो. तोच माझा कॉन्स्टेबल थांबला. त्याच्या उभे राहण्यावरून त्याने काहीतरी ऐकले आहे असे मला वाटले. क्षणातच तो कशामुळे थांबला हे मला समजले. बऱ्याच जनावरांच्या पावलटीचा तो आवाज होता. रानातून खसखसत तो येत होता. मी माझ्या शिपायांना दगडांचा आश्रय घ्यायला सांगितले. पटापट आम्ही दगडांच्या खबदाडात लपलो. फार वेळ आम्हाला थांबावे लागले नाही. आमच्यापासून दोनच फर्लांगावर नदीच्या पात्रात जनावरे शिरताना त्या धूसर प्रकाशात दिसली. त्या जनावरांना हुसकणारे काही शंका मनात नसल्याने जनावरांच्या पाठोपाठ ते पात्रात आले.

मी कॉन्स्टेबलला खुणवताच त्याने त्या लोकांना हाक दिली. क्षणभरच कॉन्स्टेबलची हाक त्या पात्रात घुमली आणि दुसऱ्याच क्षणी एक गोळी कडाडत आमच्या दिशेने आली आणि अगदी जवळून पाठीमागच्या खडकावर थडकवली. उलट बाजूने बॅटऱ्या पेटल्या आणि गोळ्या येऊ लागल्या. आम्हाला असा कडवा प्रतिकार येईल असे वाटत नव्हते. आम्ही पण प्रतिपक्षाच्या बॅटऱ्यांच्या दिशेने त्या गोळीबाराला उत्तर द्यायला सुरुवात केली. ही आमची चकमक फारतर पाच-सात मिनिटे चालली असेल-नसेल, तोच अचानक माझ्या अंगावर प्रकाशझोत पडला. मी चपापून पाहिले. नदीच्या दरडीवरून माझ्यावर कुणीतरी बॅटरी टाकली होती. क्षणाचाही विलंब न करता, बंदूक तिकडे वळवली आणि माझा बार झाला. कोणीतरी आर्त आरोळीत तिकडे ढासळले. त्या आरोळीने प्रतिपक्षाकडचा गोळीबार थांबला, बॅटऱ्या बंद पडल्या. आणि त्या जागी किंचित गोंधळ उडाला. तशा रात्री, माणसे पुरेशी बरोबर नसताना व प्रतिपक्षाकडची काहीच खात्री नसताना कोणतीच हालचाल करणे शक्य नव्हते. बराच वेळ गेला. सर्वत्र पुरी शांतता झाली. तेव्हा आम्ही परत बॅटऱ्या पेटवल्या. आम्ही पाहिले तो तेथे कोणी नव्हते. आम्ही खूप हुडकलं पण माझ्या गोळीला बळी पडलेला लुटारू मला सापडला नाही. बहुतेक त्यांनी त्याला उचलून नेला असावा. जनावरे मात्र शंभर सव्वाशेच्यावर सापडली. त्यामुळे बरेचसे समाधान

आम्हाला वाटले.

त्या घटनेनंतर पाचसहा दिवस गेले असतील वा नसतील. माझा मुक्काम पेट्रोलिंग कँपवर होता. दोनप्रहरची वेळ होती आणि त्या वेळी माझ्या शिपायाने माझ्या हाती एक लखोटा आणून दिला. एका घोडेस्वाराने तो मला देण्यासाठी त्याचे हवाली केला होता. मी जेव्हा तो लखोटा फोडून वाचला तेव्हा माझ्या अंगाला दरदरून घाम सुटला. पृथ्वीसिंग ठाकूर नावाच्या कोणी इसमाने मला ती सूचना पाठविली होती. त्याने माझ्यावर मी त्याच्या मुलाला मारल्याचा आरोप केला होता व त्याचा बदला तीन दिवसांत तो घेणार होता. मी पोलिसाला त्या घोडेस्वाराला अटक करायला सांगितले. पण त्याचा काही उपयोग झाला नाही. तो घोडेस्वार केव्हाच निघून गेला होता.

मी खूप विचार केला, पण मी कुणाचा खून केल्याचे आठवेना. विचार करता करता मला गोळीबारात पडलेल्या त्या अज्ञात इसमाची आठवण झाली. झाल्या गोष्टी होऊन गेल्या होत्या. आता येणाऱ्या संकटांना तोंड देण्याखेरीज मला गत्यंतर नव्हते. ह्या ठाकूर लोकांची प्रतिज्ञा म्हणजे काळ्या पाषाणावरच्या रेघेसारखी असते हे मला माहीत होते. खुद्द माझ्या हाताखालचे पोलिसदेखील माझ्याकडे साशंक होऊन पाहात होते. कँप सोडून गावाला जाणे मला शक्य नव्हते. कारण गावापर्यंत सारी वाट आडरानातली. जर माझ्यावर पाळत ठेवली गेली असेल तर केव्हाही मला त्या आडवाटेवर दगा होणे शक्य होते. मी गावाला माझा एक पोलिस पाठवला आणि अधिक कुमक घेऊन यायला सांगितले. तरीही माझ्या मनावरची भीती कमी झाली नव्हती. मी घराबाहेर पडायचा बंद झालो. घराभोवती सारखा पहारा ठेवला. रात्री झोपताना देखील मी दिवा मोठा करून ठेवत असे. उशाला नेहमी भरलेले पिस्तुल असे. तरीही दोन दिवस मला क्षणभरही झोप लागली नाही. माझा बेचैनपणा सारखा वाढत होता.

तिसऱ्या रात्री मी बराच वेळ कॉन्स्टेबलशी बोलून अंथरुणावर जाऊन पडलो होतो. गेल्या दोन दिवसांच्या त्रासाने शरीर अगदी थकले होते. थोड्याच वेळात झोपेने माझा ताबा घेतला. मी किती वेळ झोपलो होतो कुणास ठाऊक. मला जाग आली ती कुणीतरी मला उठवत आहे अशा भासाने. पण तो भास नव्हता. एक व्यक्ती मला हाताने हलवून जागे करीत होती. त्या व्यक्तीच्या हातात नंगी तलवार होती. उशाच्या टेबलावरच्या दिव्याचा प्रकाश त्याच्या तोंडावर पडला होता. त्या प्रकाशात त्याची ती पिंजारलेली दाढी, रुंद नाकपुड्या आणि तांबडे बुंद डोळे पाहून मला प्रत्यक्ष मृत्यूचाच भास झाला. बाहेरच्या गस्तीची मला जाग येत होती. तो आता केव्हा तलवार खाली आणतो व मला मारतो याचीच मी वाट पाहात होतो. माझे सारे अंग घामाने चिंब झाले होते. त्याने तलवार वर नेली तोच त्याचे लक्ष माझ्या उशाला

लावलेल्या माझ्या वडलांच्या तसबिरीकडे गेले.

मला हलू नको अशा अर्थाने दटावणी देऊन तो त्या फोटोनजीक गेला. त्याने एकवार ती प्रतिमा न्याहाळली आणि अगदी दबल्या आवाजात त्याने विचारले, 'तेरा पिता?' मी पडल्या जागेवरूनच होकारार्थी मान हलवली. त्याने एकवार माझा चेहरा निरखून पाहिला. त्याचे समाधान झाले असावे. मला पुन्हा हलू नको म्हणून समज देऊन तो खिडकीवाटे निघून गेला. खिडकीबाहेर जाताना मला उठायचेदेखील त्राण अंगात नव्हते. मन स्वस्थ होताच मी उठून बसलो. जे पाहिले ते खरे की खोटे याचीच मला शंका वाटू लागली.

बाहेरच्या गस्त घालीत असलेल्या पोलिसाला मी विचारले. त्याने कुणालाच येताना पाहिले नव्हते. उलट माझ्या प्रश्नाने त्याला निराळीच शंका आली. मी खोलीत येऊन पाहिले. जमिनीवर जोड्याचे ठसे उमटले होते. मी त्यांचा माग काढीत गेलो. माझ्या घरापासून थोड्याच अंतरावर एका झाडापर्यंत ते ठसे गेले होते. तेथील जमीन घोड्याच्या खुरांनी उकरली गेली होती. तेथे काही घोड्यांचे केसदेखील मला सापडले. माझ्या खोलीत नक्कीच कोणीतरी आले होते मला यात शंका उरली नाही. जिवावरच्या संकटातून बचावण्याचा आनंद काय असतो हे मला त्या दिवशी कळले.

त्यानंतर तिसऱ्याच दिवशी मला आमच्या मुक्कामाहून दोन-तीन मैलांवर असलेल्या सिर्दी खेड्यातून आमंत्रण आले. त्या खेड्याच्या ठाकुराने मेहमान म्हणून मला बोलावले होते. आमंत्रण मात्र त्याने मला एकट्याला दिले होते. ठाकूरलोक वचनाला सच्चे असतात, हे मला माहीत होते. तरीही मनात अनेक शंका येत होत्या. मला वाटले की, ज्या दरोडेखोरांच्या बंदोबस्तासाठी आम्ही आलो होतो त्यावरच काही बोलणी व्हायची असतील. या सर्व गोष्टी साध्या मैत्रीने सुटत असतील तर त्या मला हव्याच होत्या. मी जायचे ठरवले.

मी जर तीन दिवसांत परत आलो नाही तर माझा तपास करायला यायला सांगून मी बाहेर पडलो. जंगलामध्ये दोन टेकड्यांच्या खोबणीत ते चिमुकले खेडे वसले होते. सूर्य डोक्यावर आला होता. उकाडा हवेत मनस्वी होता. शेवटी मी त्या गावाजवळ पोहोचलो. घोड्याची लगाम किंचित ओढून धरून मी बिचकत बिचकत पुढे जात होतो. गावाच्या वेशीत येताच कुत्री भुंकायला सुरुवात झाली. गावच्या वेशीतच गुडघ्यापर्यंत धोतर, अंगरखा, कमरेला तलवार व डोईला फेटा असलेले दोन इसम पुढे झाले. त्यांनी घोड्याचा लगाम धरीत विचारले,

'ठाकूरजी के मेहमान?'

'जी,' मी उत्तर दिले.

काही न बोलता ते लगाम धरून घोड्याला चालवू लागले. रस्त्याच्या दोन्ही

बाजूला मातीची बसकी, धाब्याची घरे होती. त्या घरांच्या दारातून निरनिराळ्या पुरुषांचे, स्त्रियांचे डोळे माझ्यावर रोखले होते. कुत्र्यांच्या भुंकण्याखेरीज सर्वत्र शांतता होती. त्या लोकांच्या नजरा मला काही सरळ वाटल्या नाहीत. मला कुठेतरी आत असे वाटले होते की, ते लोक माझा तिरस्कार करीत आहेत. सावधगिरी असावी म्हणून मी माझा हात सदैव माझ्या पिस्तुलावर ठेवला होता. जसजसे मी अधिक लोक पाहू लागलो तसतशी माझी भीती अधिक वाढत होती. गावचे सारे व्यवहार थांबवून ते जणू काय माझीच वाट पाहात होते.

माझा घोडा एका घरासमोर उभा राहिला. घर आले असे वाटून मी उतरलो, आणि त्याच वेळी घरातून एक व्यक्ती बाहेर आली. त्याला पाहताच माझ्या अंगावर काटा उभा राहिला. तो मनुष्य म्हणजे दुसरा कोणी नसून रात्री माझ्या घरात शिरलेला इसम होता. मला त्यात शंका उरली नाही. त्या धक्क्याने मी निश्चल उभा होतो. ती व्यक्ती पुढे आली आणि हात पसरून त्याने मला कवटाळले. त्याच्या या चमत्कारिक वर्तनाने मी जास्तच बावचळलो. त्याने मला हाताशी धरून घरात नेले. माझा घोडा ते दुसरे इसम घेऊन गेले. मला त्याने पडवीत नेऊन बसवले.

ती व्यक्ती अत्यंत वयस्क होती. पांढरे विपुल केस त्याच्या मानेवर रुळत होते. त्याची दाढी हनुवटीच्या मध्यभागी दोन्ही बाजूंस विभागलेली होती. इतका म्हातारा असूनही त्याच्या चेहऱ्यावरचा तजेला कायम होता. ज्या वेळी तो दाढीवरून आपली पालथी बोटे फिरवत असे तेव्हा त्याच्या हातातले कडे त्याच्या मनगटावर सरकत असे. तो नुसता मला निरखीत होता. एका दहाबारा वर्षाच्या मुलाने हुक्का आणून ठेवला. पण तिकडे लक्ष न देता, त्याने मला सरळ प्रश्न केला,

'तू माझ्या मुलाला का मारलेस?'

त्याने आत्तापर्यंत मला दिलेल्या वागणुकीने मला धीर आला होता. मी त्याला सारी परिस्थिती सांगितली. मी त्याला पटवून दिले की, मी क्षणभर जरी उशीर केला असता तरी मी बळी पडलो असतो. शेवटी मी त्याला सांगितलं, 'ठाकूरजी, मी तुमच्या मुलाला मारले की, दुसऱ्या कुणाला मारले हे मला माहीत नाही. जर मी तुमच्या मुलाला मारले असले तर मला खरंच त्याबद्दल वाईट वाटते आहे. मला तुम्ही जितके दोषी धरता तितकाच तुमचा मुलगाही दोषी आहे. तोच मला मारत होता म्हणून बचावासाठी मलाही गोळी झाडावी लागली. तुम्ही जरी माझ्या जागी असता तरी तेच केलं असतं. आणि त्याचा बदला म्हणून जर तुम्ही मला मारणार असाल, तर खुशाल मारा...'

त्याबरोबर तो म्हातारा जागचा उठून मला थोपटत म्हणाला, 'छे, छे, पोरा, तुला मारायचा असता तर तुला तुझ्या घरातच मारला असता. तिथं जर तो फोटो नसता, तर माझ्या हातून काय घडलं असतं ते सांगवत नाही. त्याची मला

कल्पनाही करवत नाही. तुझे वडील पूर्वी पोलिस खात्यात होते ना?'

'हो, का?'

'नाव काय त्यांचं.'

'यशवंतराव.'

'हां! आता माझी शंका फिटली. ऐक पोरा. तुझ्या बापाची आणि माझी चांगली जानपछान होती. आम्ही दोघे मित्र होतो. तुझ्यासारखाच तोही इकडच्या मुलखात बंदोबस्तासाठी आला असताना आमची ओळख झाली होती. वर्षातून एकवार तरी तो माझा मेहमान असे. आम्ही ठाकूर एकदा एकाला मित्र मानला की, मग त्या मैत्रीसाठी प्राणही पणाला लावायला पुढेमागे पाहात नाही. त्याच माझ्या मित्राचा तू मुलगा! म्हणजे पर्यायानं तू माझाच मुलगा! मग तुला कसा मारू? त्या रात्री तो फोटो बघताच हाच विचार मनात आला आणि माघारी फिरलो. एक मुलगा गेलाच, दुसरा कसा गमवू? हा विचार आला आणि मी परतलो. मला येवढंच हवं होतं की, तू माझ्या मुलाला का मारलंस? माझी शंका आता दूर झाली आहे. त्यात तुझा दोष नाही. माझा मुलगा गेल्यानं माझा वंश खुंटला नाही हेच माझं नशीब समजतो.' असे म्हणून म्हाताऱ्याने हाक मारली, 'पथज!'

आणि तो दहा वर्षांचा मुलगा बाहेर आला. ठाकुरांच्या जातीला शोभणारे ते रेखीव नाक, पाणीदार डोळे, त्याचे ठायी होते. त्या मुलाने मला प्रणाम केला. मला राहवलं नाही आणि मी त्याला जवळ ओढला.

आतापर्यंत पृथ्वीसिंगाने माझ्याकडे कोणतेच लक्ष दिले नव्हते. कदाचित साऱ्या गोष्टी स्पष्ट होण्याचीच तो वाट पाहात असावा. त्याने पथजला पाणी आणावयाला सांगितले. त्याने आणलेल्या पाण्याने मी हातपाय धुतले. म्हाताराही रंगात येऊन गप्पागोष्टी करू लागला. अगदी घरच्या वातावरणात आहो असे मला वाटू लागले.

पृथ्वीसिंगाने अगदी आग्रह करून मला वाढले. जेवण झाल्यावर बाहेरच्या पडवीत येऊन मी घोंगडीवर कललो. झालेल्या श्रमाने मला डोळा लागला. मी जागा झालो तो लोकांच्या आवाजाने. पाहतो तो अगदी संध्याकाळ झालेली. मी बाहेर आलो. ठाकूरच्या घरासमोर मोठी गडबड सुरू होती. घराच्या कट्ट्यावर बसण्यासाठी जागा करण्यात आली होती. घरासमोर सारे ठाकूर स्त्री-पुरुष गोळा झाले होते. मी बाहेर येताच पृथ्वीसिंगाने मला हाताला धरून बैठकीवर बसवले. जमलेल्या साऱ्या लोकांना त्याने माझी हकीकत सांगितली आणि माझ्याकडे वळून तो म्हणाला, 'मुला! मला माझ्या प्रतिज्ञापूर्तीसाठी तुझा खून हवा आहे.'

'काय खून?' मी उठत किंचाळलो.

'होय पोरा, मी माझ्या मुलाच्या खुनाचा सूड घेण्याची प्रतिज्ञा केली होती. त्या प्रतिज्ञेसाठी म्यानाच्या बाहेर काढलेली तलवार ती प्रतिज्ञा पुरी न करता म्यान करता

येत नाही. तसं केलं तर मला जमातीतून बाहेर पडावं लागेल. तशी तुझी इच्छा नसेल तर ह्या तलवारीला तुझे थोडे रक्त लागणे अवश्य आहे. ती माझी प्रतिज्ञा मी पुरी करतो हे पाहण्यासाठीच हे लोक आले आहेत. सांग आहे तुझी तयारी?'

विचारांचे काहूर माझ्या मनात माजले होते. शेवटी मी त्याला होकार दिला. पृथ्वीसिंग ठाकुराचा चेहरा क्षणभर फुलला. पण दुसऱ्याच क्षणी तो चेहरा कठोर दिसू लागला. त्यानं मला बजावलं, 'जयसिंग, (माझे नाव) लक्षात ठेव. मी ह्या साऱ्या जमातीला तू मला पोटच्या पोरासारखा आहेस असं सांगितलं आहे. तुझं रक्त ह्या तलवारीला लागतेवेळी जर तू ओरडलास तर ह्याच तलवारीने मी तुझी गर्दन मारल्याशिवाय राहणार नाही. प्रत्यक्ष माझा मुलगा जरी ह्या ठिकाणी असता तरी मी हेच केलं असतं. ज्याला मी माझा पोर समजतो तो भ्याड असू शकत नाही.'

मी कोणी पाहात नाही हे पाहून माझा रुमाल काढला, आणि बाजूला तोंड वळवून तो दातात गच्च आवळून धरला. माझा डावा हात मी पुढे केला. क्षणात एक असह्य वेदना माझ्या मस्तकात भिडली. माझ्या कपाळावर मोहरीसारखा घाम फुटला. सारे अंग थरथरत होते. मी डोळे उघडून पाहिले तो मनगटातून रक्त वाहत होते. पृथ्वीसिंगाच्या तलवारीचे टोक रक्ताने न्हाले होते. सारे लोक कौतुकाने माझ्याकडे पाहात होते. पृथ्वीसिंगाने तलवार म्यान केली व मला मिठी मारली. त्याने हाक मारताच त्याची तरुण मुलगी कुंवर धावत बाहेर आली आणि आपल्या घागऱ्याचा काठ फाडून तिने माझा हात बांधायला सुरुवात केली. मी नुसता पृथ्वीसिंगाचा पाहुणा राहिलो नव्हतो, तर त्याचा मुलगा बनलो होतो.

समोरच्या अंगणात गडबड सुरू झाली. शूर पाहुण्याचा सन्मान करण्याच्या तयारीस सर्व लागले. मोहराची दारू आणण्यात आली. पेले भरले गेले. पखवाज घुमू लागले आणि रंगीबेरंगी घागरे घातलेल्या तरुणी आपली ग्रामगीते आळवीत फेर धरून नृत्य करू लागल्या. हळूहळू त्या गीतांचे पडसाद आजूबाजूच्या वनराईतून घुमू लागले. त्या निरागस, भाबड्या लोकांनी सारे विसरून केलेला माझा सन्मान मला शल्यासारखा बोचू लागला.

रात्रीची मेजवानी होती. त्या पृथ्वीसिंगाची कन्या कुंवर माझ्यासमोर बसून मला आग्रह करून करून वाढत होती. मला ते सारेच कसे विचित्र वाटत होते. त्या मोकळेपणाचा मला संकोच वाटत होता. मला माझ्या मनोवृत्तीची कीव वाटली. त्या लोकांना पाप म्हणून काही माहीत नव्हते. आडपडदा बाळगायची कल्पना त्यांना मनातदेखील शिवत नव्हती.

त्यांच्या वाढत्या पाहुणचाराने माझी बेचैनता अधिक वाढत होती. ज्याचा मी मुलगा मारला त्याच्या घरी मी पाहुणा म्हणून होतो. तोच म्हातारा मला मुलासमान मानत होता. त्याची मुलगी मला भावाच्या ठायी पाहात होती. माझा त्यावर विश्वास

असूनही विश्वास बसत नव्हता. त्यांच्यासारख्या निरागस, दिलदार वृत्तीच्या लोकांना ते ठीक होते. पण मला ते जमेलसे दिसेना. रात्री बाहेरच्या खाटांवर मी व पृथ्वीसिंग पडलो असता मी पृथ्वीसिंगला म्हणालो, 'ठाकूरजी, तुम्ही देवमाणसे आहात. मी प्रत्यक्ष तुमच्या मुलाचा खून केला, तरीही ते सारे विसरून तुम्ही मला जवळ केलंत. अगदी घरच्यासारखं वागवलंत. पण माझं मन इतकं मोठं नाही. मला जायची आज्ञा द्या.'

त्यावर म्हातारा डोळ्यांत पाणी आणून म्हणाला, 'छे पोरा, असं चुकून देखील मनात आणू नको. माझा मुलगा देवानं नेला त्यात तुझा दोष नव्हता. तुझा दोष होता असा थोडासा जरी संशय राहिला असता, तर तुझी खांडोळी केव्हाच झाली असती. आमच्या घरात कुणाच्या मनात त्याबद्दल काही राहिलेलं नाही. उलट तू शूर आहेस हेच साऱ्यांना कळून चुकलं आहे आणि म्हणूनच माझी कुंवर तुझा हात बांधायला पुढे आली. तिला नवीन भाऊ मिळाला आहे ह्याचा तिला आनंद झाला आहे.'

त्याच वेळी पथज एक पितळेचा दुधाचा प्याला घेऊन आला. त्या मुलाने माझ्या हाती तो प्याला दिला. पृथ्वीसिंगाने मला विचारले, 'हा पेला कुणी पाठवला, हे तुला माहीत आहे?'

मी नकारार्थी मान हलवताच पृथ्वीसिंगाने मोठ्या अभिमानाने सांगितलं, 'ह्याच्या आईने.'

दोन दिवसांच्या पाहुणचारानंतर जेव्हा मी यायला निघालो, तेव्हा गावच्या वेशीपर्यंत सारी घरातली माणसे डोळे पुशीत पाठीमागून आली. सारा गाव मला निरोप द्यायला आला होता. त्यांनी दिलेला जिव्हाळा काही अलौकिक होता. गावापासून दूर जाताना वारंवार मी मागे वळून पाहात होतो. गावाच्या वेशीत बराच वेळ ती माणसे हात हलवीत उभी होती. माझेही डोळे भरून आले होते. भरल्या नजरेला ते दृश्य अस्पष्ट दिसत होते. पण पथजच्या हातातला तो दुधाचा प्याला! तो मात्र माझ्या नजरेपुढून कधीही नाहीसा झाला नाही.

❖

अभोगी

❧

उन्हाळ्याचे दिवस. दोन प्रहरची वेळ टळत आली होती. तरी रखरखाट कमी झाला नव्हता. पूर्वेला ढग उठत होते. नुकत्याच झालेल्या वादळात रावजीकाकांची सारी बाग होलपटून गेली होती. रावजीकाका आपल्या काजूच्या बागेत फिरून वाळलेल्या काटक्या गोळा करीत होता. रावजीचे केस पिकले होते. चेहऱ्यावर सुरकत्यांनी जाळी विणायला सुरुवात केली होती. तरी रावजीचे वय पन्नाशीच्या आसपासच होते. काटक्या गोळा करून त्याचा भारा बांधून रावजीनं तो डोक्यावर घेतला आणि बागेवर, टेकडीच्या कडेला दिसणाऱ्या झोपडीकडे त्याने पावले वळवली. बागेला दुभंगून गेलेला रस्ता रावजीने ओलांडला. सकाळपासून झालेल्या वर्दळीने रस्त्याची तांबडी माती उकलली होती, गाड्यांची आरगले पडली होती. कुणाची तरी चाहूल रावजीच्या कानावर आली. रावजीकाकाचे पाय जागीच खिळले. त्याने मान वळवली. रस्त्यावरून कृष्णा शिंदे येत होता. रावजीकाकाजवळ येऊन तो थांबला.

'रामराम रावजीकाका!'

'कोन कृष्णा? कुठं गेला व्हतास?'

'भावकाईच्या जत्रंला. आनि काका तुमी न्हाई आला?'

रावजीने भारा टाकला आणि धोतराच्या सोग्यानं घाम टिपत तो म्हणाला, 'आता जत्रेचं का दिवस न्हाईल्यात?'

'व्हय काका? पन तुमचा मान हाय. सारं गाव म्हनतंया.'

'म्हनू दे.' रावजी उसासा सोडून म्हणाला, 'गाव ह्याईलं न्हाई आनी मान कुठला ह्याईल बाबा! त्यो करतोय नव्हं!'

'त्यास्नीतरी काय सुक हाय! काय बी म्हना रावजीकाका, तुमी गाव सोडून बागंत आलासा, गावची सोबा गेली. सारं गाव म्हनतंया. व्हय, खोटं कशाला बोला?'

'जाऊ दे ते!' रावजी म्हणाला, 'जत्रा भरली व्हती नव्हं?'

'तर काय? धा गावचं मानूस आलंया जत्रंला!'

'बरं झालं!'

'जातो काका!'

'जत्रा फुटली?'

'घरला काम व्हतं म्हनून सटकलो. अजून जत्रा फुटायला येळ लागंल. जातो काका.'

'बरं ये.'

कृष्णाने भारा उचलला आणि रावजीच्या डोक्यावर दिला. रावजी चालू लागला.

बागेतच बांधलेल्या झोपडीवजा घराच्या दारात त्याने भारा टाकला. तेथून उतारावर पसरलेली चार-साडेचार एकरांची काजूची बाग दिसत होती. बागेच्या मधून गेलेला रस्ता दिसत होता. बागेच्या पूर्वेला दूरवर गाव दिसत होते. उन्हाने पिवळी पडलेली पाने वळवाच्या पावसाने हिरवट दिसू लागली होती. बाग निरखीत रावजी बराच वेळ उभा राहिला. पूर्वेला चढणारे ढग बघत असता सरींचा आवाज त्याने ऐकला. रस्त्यातून धुरळ्याचा बुकणा उडवीत बैलगाड्या जात होत्या. बैलांच्या पाठीवर झुली होत्या. गाडीत रंगीबेरंगी लुगडी नेसलेल्या बाया दिसत होत्या. दोनचार फेट्यांचे शेमले उडत होते. अशा दोनतीन गाड्या एकापाठोपाठ बागेतून उधळत गेल्या. टेकडीच्या गळ्यातून गेलेल्या रस्त्यावरून दिसेनाशा झाल्या. झोपडीसमोर काजूच्या झाडाला बांधलेल्या बैलांच्याकडे रावजीची नजर वळली. हाडांचे सापळे दाखवीत उभ्या असलेल्या जोडीपुढे वाळल्या गवताच्या पेंड्या पसरल्या होत्या. अर्धेसुद्धा त्यांनी चघळले नव्हते. एक बैल तांबडा होता, दुसरा पांढरा होता. उगीच दाडवाने हलवीत ती जोडी उभी होती.

रावजी झोपडीत गेला. चुलीतला राखोटा काढून परसात नेऊन फेकला. रावजीला पाहताच म्हैस ओरडली. रावजीने पाहिले. पसरड्या शिंगांची म्हैस त्याच्याकडे पाहून ओरडत होती. रावजी म्हणाला—

'लौकर आलीस? बांधल्याबिगार चैन पडत न्हाई?' रावजीने म्हशीच्या पायाशी पडलेली साखळी तिच्या गळ्याला लावली. चुलीत काटक्या खोचटल्या. चिमणी कलती करून थोडे रॉकेल ओतले आणि काड्याच्या पेटीतल्या काडीने चूल पेटवली. धुमसणाऱ्या चुलीकडे जाळ होईपर्यंत तो बघत राहिला. जसा जाळ पेटला तसा त्याने चिलमीत तंबाखू भरली. बाहेर सोसाट्याचा वारा सुरू झाला होता. घरावरचे छप्पर उडते की काय अशी भीती वाटू लागली आणि रावजी उठला. तो पुढच्या दारात गेला. जोराने वारा सुटला होता. रस्त्यावरून वादळ गरगरत येत होते. त्याचा तांबडा लोट आकाशात चढत होता. आकाशात मेघांची फळी उभी राहात होती. रावजीने बैलांकडे पाहिले. बैल वादळाची पर्वा न करता संथपणे रवंथ करीत होते. रावजीने दरवाजा लावला आणि तो परत चुलीपुढे आला. चूल पेटली होती. डाळ पाण्यात टाकून त्याने भांडे चुलीवर चढविलं. विजा कडाडू लागल्या. थोड्याच

वेळात पावसाची सर छपरावर नाद करू लागली.

'पाऊस मोठा आला नी!' म्हणत रावजीने चुलीत काटक्या ढकलल्या. बैलांचा विचार त्याच्या मनात आला, पण पावसाचा आवाज ऐकून रावजीला उठावेसे वाटेना. पाऊस बंद व्हायची तो वाट पाहात तसाच बसून राहिला. पाऊस कमी होत नव्हता. त्याचा जोर वाढतच होता. अचानक रावजीला बैल बांधलेल्या झाडावर तशाच टाकलेल्या सापत्यांची आठवण झाली. सापत्या भिजून खटारल्या तर! चडफडत रावजी उठला. पोते डोक्यावर घेतले आणि त्याने दार उघडले. बाहेर काळोख पडला होता. विजा कडाडत होत्या. त्यांच्या उजेडाने डोळे दिपत होते. पावसाची सर तर अखंड ओतत होती. अंगावर आलेल्या गार वाऱ्याने रावजी शहारला आणि त्याने बाहेर पाऊल टाकले. गडबडीने तो झाडाच्या रोखाने जात होता. वीज चमकली. बैल उभे होते, पावसात भिजत होते. झाडाच्या बेचक्यात ठेवलेल्या सापत्या रावजीने चाचपून हाती घेतल्या आणि तो वळला. वीज परत चमकली. नजीकच्या झाडाखाली कुणी तरी उभे होते. परत वीज झाली. रावजीची खात्री पटली.

रावजीने विचारले, 'कोन हाय?'

आवाज आला नाही. वीज झाली. ती व्यक्ती तशीच उभी होती. रावजीच्या अंगाला कापरा सुटला. खाली वाकून त्यानं चाचपून दगड उचलला आणि करड्या आवाजात तो म्हणाला,

'आता बोलतोस का फेकू दगड?'

रावजीनं अंदाज घेतला आणि हात उचलला.

वीज चमकली आणि रावजीच्या कानांवर शब्द आले,

'मी हाय!'

'कोन मी?'

'यशोदा!'

कोन यशोदा? रावजीला काही अर्थबोध झाला नाही. पण त्याची भीती गेली. तो ओरडला,

'मग पावसात का भिजतियास? चल की घरात, ये मागनं.' म्हणत रावजीनं पाऊल उचलले. त्याने झोपडी गाठली. झोपडीत अंधार होता. आतल्या बाजूला पेटलेली चूल मंद प्रकाश टाकीत होती. रावजीने भिजलेले पोते टाकले आणि तो वळला. होणाऱ्या विजांच्या चकमकीत दाराशी कुणी तरी उभे असलेले दिसत होते.

'आत ये म्हटलं न्हवं?' रावजी ओरडला.

ती व्यक्ती आत आली. बांगड्यांचा आवाज रावजीच्या कानांवर आला. रावजी म्हणाला,

'थांब, चिमनी पेटवतो.' रावजी गडबडीने आत गेला. चुलीवर ठेवलेली चिमणी त्याने पेटवली आणि चिमणी घेऊन तो बाहेर आला. दारातून वारा येत होता. चिमणीची वात थरथरत होती. रावजी म्हणाला,

'दार लाव.'

त्या व्यक्तीने दार लावले. रावजी चिमणी घेऊन पुढे आला. त्याने चिमणीचा हात वर केला. संपूर्ण भिजलेली, पंधरासोळा वर्षांची मुलगी त्याच्यासमोर उभी होती. रंगाने ती उजळ होती. तिच्या डोळ्यांत भीती तरळत होती. भ्यालेल्या नजरेनं ती रावजीकडे पाहात होती. ती नेसलेले लुगडे तिच्या अंगाला चिकटून बसले होते. तिच्या पायाशी जमीन भिजत होती. रावजीनं तिला निरखून विचारले,

'काय नाव म्हनलीस?'

'यशोदा!'

'कंच्या गावची?'

'वाडीची, काकाऽ—'

रावजीच्या कपाळावर आठ्या पडल्या. नजर बारीक करीत तो म्हणाला,

'म्हंजे, तात्या पाटलाची पोर तर नव्हंस तू?'

'व्हय काका. वळखलं न्हाई तुमी मला?' आपल्या चेहऱ्यावरचे पाणी निपटत यशोदा म्हणाली.

'चांगला वळखतो! कुठं गेली व्हतीस?'

'जत्रंला!'

'आणि तुझा बा कुठं गेला?'

'गंपू शिंद्याची गाडी जत्रंत भेटली. बाबा म्हनाला, जा फुडं, येवढ्यात येतो— म्हणून गंपू गेलाय त्यो आलाच न्हाई.'

'मंग?'

'पाऊस दिसाया लागला तवा घरची वाट धरली. बागंत आलो आनी पावसानं गाठलं.'

'शाना तुजा बाप! बसला असंल दारू हुडकत! तरन्याताठ्या पोरीला एकटी पाठवायची आक्कल त्याची! आनी तू बी शानी! घरात यायचं न्हाई? पावसात भिजत राहिलीस ती!'

यशोदा रावजीकडे आश्चर्यचकित होऊन बघत होती. तिला वाटले होते आपण कोण हे समजताच रावजी भडकेल, संतापेल, तिचा बाप आणि रावजी ह्यांच्यातून विस्तव जात नव्हता. जमिनीवरून, घरादारावरून भांडण वाढता वाढता त्याचे पर्यावसान रावजी गाव सोडून बागेत राहायला कारणीभूत झाले होते. सारा गाव त्याबद्दल तिच्या बापाला दोष देत होता आणि रावजीबद्दल हळहळत होता हे

यशोदेला ठाऊक होते. ते माहीत असूनही तिला आज रावजीच्या घरात यावे लागले होते. रावजी गडबडीने आत वळला. आतल्या खणात जाऊन त्याने पेटी उघडली. काही वेळ धडपड ऐकू येत होती. झाकण लावल्याचा आवाज झाला. तो बाहेर आला. येताना त्याच्या हातात बोचके होते.

चिमणी जमिनीवर ठेवून त्याने ते बोचके सोडले. त्यात दोनतीन पातळे, चोळ्या दिसत होत्या. त्यातले तांबड्या चौकड्यांचे लुगडे उचलून रावजीने चिमणीजवळ नेऊन न्याहाळले आणि बाजूला ठेवले. एक चोळी उचलली. दोन्ही हातामध्ये धरून ती पसरली. एक वेळ यशोदेकडे पाहिले आणि परत ती चोळी बोचक्यात ठेवली. बोचके बांधले. बाहेर ठेवलेले लुगडे उचलून ते यशोदेसमोर धरून रावजी म्हणाला, 'घे, हे नेस! तिच्या ठेवनीतलं हाय! चोळी दिली असती, पन तुला यायची न्हाई!'

'नगं काका! जाईन मी.'

'अशा रातीचं? शानी हाईस तू! बापाची आक्कल माझ्या घरात चालवू नगंस. हे घर परकं वाटलं व्हय तुला? पोरी, माझा शंकर असता तर ह्याच घरात सून म्हणून आली असतीस तू. तुझ्या सासूनं तुझ्या अंगावर सवताच्या हातानं हे लुगडं चढवलं असतं. आत जा. लुगडं बदल. चोळी पिळून चुलवट्याच्या दांडीवर घाल; तंवर मी बैल बांधून येतो.'

रावजी बाहेर पडला. बाहेर पाऊस थांबला होता. यशोदा लुगड्याकडे पाहात उभी होती. थंडीत काकडत होती. तिने लुगडे उचलले. आणि ती आत गेली. चूल पेटत होती. तीवर ठेवलेल्या भांड्यातून जळका वास येत होता. यशोदेने लुगडे बदलले. चोळी पिळून दांडीवर वाळत घातली. लुगडे पिळून तेही वाळत टाकले आणि तिने गडबडीने चुलीवरचे भांडे उतरले. डाळ शिजून करपून गेली होती. पावले वाजली. पदर सावरून यशोदा उभी राहिली.'

'लई पाऊस!' म्हणत बाहेरची चिमणी घेऊन रावजी आत आला. क्षणभर यशोदेकडे पाहातच राहिला. यशोदेचे मोकळे केस पाठीवर रुळत होते. चापून चोपून ती लुगडे नेसली होती तरी उजवा उघडा खांदा नजरेत भरत होता. यशोदेच्या कपाळी कुंकू नव्हते. रावजी तिला निरखीत असता यशोदा गडबडीने म्हणाली, 'डाळ जळली म्हनून भांडं उतरलं.'

भानावर येऊन उसासा सोडीत रावजी म्हणाला, 'जळू दे! दुसरी टाकीन मी. ती पेटी उघड. त्यात कुंकवाचा करंडा असल बघ. कुंकू लाव. तंवर मी डाळ टाकतो.'

रावजीने भांडे उचलले. मडक्यातल्या पाण्याने धुतले. डाळ टाकली. चुलीत काटक्या खोचल्या. हे सारे करीत असता त्याचे लक्ष यशोदेकडे होते. तिने पेटी उघडलेली पाहिली होती. कुंकवाचा टिळा लावून करंडा ठेवून ती चुलीजवळ आली.

रावजीने फळकूट समोर सारले व तो म्हणाला,

'बस, शेक जरा. थंडावली असशील.' रावजीने भाताचे भांडे वायलावर चढवले. यशोदा ते पाहात होती. रावजीने आमटी केली. भाताचे भांडे उतरून निखाऱ्यावर ठेवले आणि पिठाचे गाडगे समोर घेऊन तो पीठ काढू लागला. काही न बोलता यशोदा उठली. तिने तवा चुलीवर ठेवला. त्यात पाणी ओतले आणि रावजीने पीठ काढलेली थाळी आपल्यासमोर ओढली.

'मी करतो पोरी भाकऱ्या.'

'नगं काका. मी करते.' यशोदा म्हणाली, 'तुमी बसा. येवढ्यात भाकरी टाकते.'

रावजीचे डोळे पाण्याने भरले. त्याने चिलीम उचलली. तीत तंबाकू भरत तो यशोदेकडे पाहात होता. यशोदेने आपली कांकणे मागे सरकवली. तव्यातले पाणी पिठात ओतून ती पीठ मळू लागली. रावजी म्हणाला,

'पोरी, तुझ्या बापानं विस्कोट केला माझा. सोन्यासारख्या संसारातनं उठवलं मला. गावातनं उठवून माळावर बसवलं त्यानं.'

'जाऊ दे काका. झालं गेलं हून गेलं–' यशोदा म्हणाली.

'न्हाई पोरी. जीव पेटतो माझा. तुला म्हाईत न्हाई. न्हान व्हतीस तू. पैशानं डोळं फिरलं तुइया बाचं. न्हाई करायची व्हती सोयरिक. सांगायचं व्हतं मला. पाच वर्सामागं ह्या भावकाईच्या जत्रंत माझा शंकर गेला–' हात उडवत रावजी म्हणाला, 'दंगल झाली म्हनं. सारं ठाऊक हाय मला. पोराचा ध्यास घेऊन ही गेली आनि मी ऱ्हायलो. तुझा बा जनावरं बांधतुया ती माझी जागा. घर व्हतं पोरी तिथं. अजून बी रावजीकाकाचं परडं म्हनत्यात त्याला.'

रावजीने मान वर केली, यशोदा पिठात हात घालून तशीच बसली होती. तिच्या डोळ्यांतून अश्रू ओघळत होते. गडबडीने डोळे टिपत रावजी म्हणाला,

'रडू नगस पोरी. शपथ हाय तुला. कधी नव्हं ते घरला आलीस. सुखानं खा, पी आनि आपल्या घरला जा. तुझी चूक न्हाई. तुला काय पोराला?'

मनगटाने यशोदेने डोळे टिपले आणि ती भाकरी बडवू लागली. रावजीने चिलीम पेटवली. काही न बोलता रावजी चिलीम ओढू लागला.

भाकऱ्या होताच यशोदेने थाटली उचलली. चुलीवर ठेवलेला तवा उचलला. कोपऱ्यातली थाळी घेतली आणि ती बाहेर गेली. थोड्याच वेळात धुतलेली भांडी घेऊन ती परत आली. रावजीच्या समोर थाटली ठेवली आणि तिने भाकरी, आमटी वाढायला सुरुवात केली. रावजी म्हणाला,

'पोरी, तू बी बस. मिळून खाऊ.'

यशोदेने आपली थाळी घेतली. दोघांची जेवणे झाली. रावजी आता खुशीत

होता. म्हणाला,

'पोरी! तुझी आई काय म्हनत असल?'

'बाबा घरला गेला नसंल तर तिला काळजी वाटायची न्हाई.'

'त्यो काय जातोय यच्छड्यात घरला? रातभर दारू पीत पडला असल कुठं तरी! आन् पोरी! मोकळ्या गळ्यानं जत्रंला गेलीस तू?'

पदर सरकलेला एकदम यशोदेच्या लक्षात आला. बोलण्याचा भरात अंगात चोळी नाही हेही तिच्या ध्यानी नव्हते. लाजून तिने पदर अंगाशी घेतला. पदर खोवून तिने थाटल्या उचलल्या.

'पोरी! तुला दागिनं केलं न्हाईत?'

'न्हाई.' म्हणत ती उठली.

रावजी म्हणाला, 'ठेव ते पोरी. मस केलंस. मी धुतो.'

'तुमी बसा काका. मी धुतो.' आणि यशोदा बाहेर गेली. जेव्हा यशोदा आली तेव्हा रावजी चिलीम ओढत होता. ती म्हणाली,

'काका, बाहेर बसा, मी सारं नीट ठेवतो.' रावजी बाहेर गेला. त्याला आतली खुडखुड ऐकू येत होती. ती ऐकत तो चिलीम ओढत बसला होता. पदराला हात पुसत यशोदा बाहेर आली. रावजी म्हणाला, 'बस.'

यशोदा बसली. रावजीने आपले घोंगडे अंथरले. धाबळ आणून ठेवली आणि तो म्हणाला,

'लई दमलीस तू. रात बी झाली. झोप आता.'

'आनि काका, तुमी?' यशोदेने विचारले.

आपल्या पांढऱ्या खुरट्या दाढीवर हात चोळीत रावजी म्हणाला,

'हाईत पोती. झोपन त्येच्यावर.'

'नगं काका. तुमी झोपा. मी घीन पोती.'

'अरंच्या! सांगल त्येच्या उलट! सांगल त्येच्या उलट! कसा करशील तू संसार! झोप म्हनलं नव्हं. मग शान्यासारखं झोपावं.'

यशोदा लाजली. खुदकन् हसली. रावजी गंभीरपणे म्हणाला, 'आता झोपतीयास का मार पायजे?'

यशोदा मोकळेपणाने हसली. सारी झोपडी त्यानं भरून गेली. रावजीला हसू फुटले. यशोदा अंगावर धाबळ ओढून घेत असता रावजी म्हणाला—

'पोरी! लई वर्सानं घरात हासू फुटलं बघ!'

पडल्यापडल्या यशोदा बघत होती. रावजीनं आतून पोती आणली. ती अंथरली. चिमणी उशाला ठेवली. दार लावून त्याने दगड सरकवला आणि तो पोत्यावर पडला. धाबळीची ऊब अंगावर चढत होती. पाहता पाहता यशोदा झोपी गेली.

रावजी मात्र बराच वेळ पडल्या जागेवरून यशोदेचा चेहरा निरखीत होता. बऱ्याच वेळाने त्याने फुंकर मारून चिमणी विझवली आणि झोपडीत काळोख झाला.

पहाटेला रावजीला जाग आली. जांभई देत त्याने अंगावरचे पोते बाजूला केले. झोपडीत पहाटेचा उजेड फाकला होता. पोत्याकडे लक्ष जाताच त्याने यशोदेच्या अंथरुणाकडे पाहिले. तिथे यशोदा नव्हती. रावजी गडबडीने उठला. त्याने पुढचे दार उघडले. बाहेर भागटले होते. कालच्या पावसाने सारी जमीन भिजली होती. हवेत गारवा होता. लांबवर पसरलेल्या बागेवर नजर टाकून तो माघारी वळला. पाठीमागचे दार उघडेच होते. त्या दारातून त्याने बाहेर डोकावले. तो म्हशीसाठी उभ्या केलेल्या छपरात यशोदा धार काढीत होती. तिने हसून रावजीकडे पाहिले. रावजीने चुलीकडे लक्ष वळवले. तो चूल पेटलेली होती. सारी भांडी उजाळली होती. बालडीतल्या पाण्यानं रावजीनं तोंड धुतले. दुधाची गिंडी घेऊन यशोदा आत आली. रावजी म्हणाला—

'पोरी, लई खोड हाय तिला! लाथ मारली असती तर!'

'गरीब हाय काका, काय सुदीक त्रास दिला न्हाई. तवाच पाना सोडला.'

'मानसाचा गून हाय तो! जनावरालाबी कळतं. आज साकर घरात न्हाय. गुळाचा च्या पिशील?'

'ठेवलंय च्याला. च्या झाल्यावर उठवनार व्हते मी.'

यशोदेने चहा केला. रावजी चहा प्याला. चहा पिऊन झाल्यावर यशोदेने कप धुऊन आणला. चहा ओतला आणि ती पिऊ लागली. चहा पिऊन झाल्यावर यशोदा म्हणाली, 'काका, आता जाते नव्हं?'

'त्ये का पोरी, मी पोचवतो तुला—'

यशोदा उठली. लुगडे अद्यापि ओलसर होते. तिने लुगडे उचलले तसे रावजीने विचारले—

'काय करतीस?'

'लुगडं बदलते.'

'अन् त्येच लुगडं व्हायलं तर काय हुईल? हितं काय मी नेसनार हाय त्ये? गप बस.'

रावजी अस्वस्थ झाला होता. तो उठला. बाहेर जाऊन त्याने बैल सोडले. सापत्या गाडीला लावल्या. गाडी जुंपली तेव्हा सूर्य उगवला होता.

'चल पोरी.' म्हणत रावजी आत आला.

यशोदा तयार होती. तांबड्या चौकड्याचे लुगडे तिला उठून दिसत होते. रावजीने दांडीवरचे यशोदेचे लुगडे उचलले आणि गोळा करून यशोदेच्या हाती दिले. यशोदा बाहेर जाण्यासाठी वळली. अचानक रावजी म्हणाला, 'थांब पोरी.'

रावजी गडबडीने वळला. आत जाऊन त्याने पेटी उघडली. पेटीच्या कोपऱ्यात कपड्यांखाली ठेवलेली पुरचुंडी सोडून तीतील पुतळ्यांची माळ काढून ती पेटी बंद केली. ती माळ यशोदेच्या हाती देत रावजी म्हणाला—'घाल.'

'नगं—काका' यशोदा मागे सरकत म्हणाली.

'घाल म्हनतो नव्हं! परत कशाला येशील माझ्या घरात?' बोलता बोलता रावजीचा आवाज बदलला. घोगरट आवाजात तो म्हणाला, 'तुजं लगीन हुईल, तुझा बाप बोलवायचा न्हाई मला. मोकळ्या हातानं तुला जाऊ देनार न्हाई मी. ही गळ्यात घाल. शंकरच्या आईची हाय ही. रावजीकाकाची आठवन म्हनून जतन कर. सांग तुझ्या बाला मी दिली म्हनून.'

थरथरत्या हाताने यशोदेने माळ गळ्यात घातली. रावजी ती माळ बघत होता. 'कालपासनं मोकळा गळा वाटत व्हता. चल.' – म्हणत रावजी एकदम बाहेर गेला.

जेव्हा यशोदा बाहेर आली तेव्हा रावजी गाडीत कासरा धरून बसला होता. काही न बोलता यशोदा गाडीत चढली. गाडी चालू लागली. गाव दिसू लागले. गावानजीक जाताच रावजीने कासरा ओढला. गाडी थांबली. रावजी म्हणाला–

'उतर.'

यशोदा आश्चर्याने बघत राहिली. रावजी वळून म्हणाला,

'अशी बघतीयास काय? उतर. तुझ्या बाचं तोंड सुदीक बघायचं नाही मला. तू घाबरू नगंस, बानं इचारलं तर सरळ सांग रावजीकाकाकडं हुतो म्हनून. जीभ उचलायची न्हाई त्येची. उतर.'

यशोदेचे डोळे भरून आले होते. ती उतरली. हाती पदर धरून ती वाकून पाया पडली. रावजीकाकाला काही बोलवेना. त्याने कासरा ओढला. गाडी एकदम वळली. अकारण चाबूक हवेत फडकवला गेला आणि गाडी बागेच्या दिशेने उधळली. ती गाडी दिसेनाशी होईपर्यंत यशोदा गाडीकडे पाहात होती. गालांवरून ओघळणाऱ्या अश्रूंचे भान तिला नव्हते.

वैर

❦

आमच्या रामपूरचा रामनवमीचा उत्सव साऱ्या कऱ्यात मशहूर आहे. रामनवमीच्या उत्सवाला यात्रा भरावी तसे लोक जमतात. त्या नऊ दिवसांत रात्रंदिवस टाळांचा गजर रामाच्या देवळात घुमतो. रामनवमी दिवशी तर गावात पाऊल ठेवायला जागा राहात नाही. गावच्या ताम्रपर्णीचा काठ गाड्यांनी भरून जातो. पण या वर्षी रामनवमी अवघ्या चार-आठ दिवसांवर आली होती, तरी रामाच्या देवळासमोर मंडपाचा पत्ता नव्हता, की देवळाच्या रंगरंगोटीला सुरुवात नव्हती. दरवर्षी सारा गाव देवळात रात्रंदिवस राबत असे. पण आता त्या बाजूला कोणी फिरकतही नव्हते. उलट साऱ्या गावात एक प्रकारची बेकीच वावरत होती.

याला कारण म्हणजे पाटलांच्या थोरल्या वाड्यात आणि धाकल्या वाड्यात माजलेले वैर. या दोन्ही वाड्यांतील वैर काही आजचेच नव्हते. पिढ्यान्पिढ्या ते चालत आलेले होते. पण हे वैर कितीही जरी विकोपाला गेले तरी गावच्या देवकीच्या बाबतीत आजवरती कधीच आडवे आले नव्हते. घराण्यात चालत आलेल्या रीतीप्रमाणे आजचे थोरल्या वाड्यातले श्रीपतराव आणि धाकल्या वाड्याचे यशवंतराव पाठच्या भावाप्रमाणे या उत्सवात वैर विसरून वावरत असत. निदान त्यांना तसे दाखवावे तरी लागतच असे. देवकीच्या उत्पन्नातील वाटणीच अशी चमत्कारिक झाली होती की, त्यामुळे त्यांना एकत्र येणे भागच पडे. देवळासमोरच्या मांडवाची मुहूर्तमेढ रोवायचा मान थोरल्या वाड्याकडे होता, तर पालखी उचलायचा मान धाकल्या वाड्याकडे होता. हे मान सांभाळताना दोघांनाही एकत्र यावेच लागे. तसे वागण्यात त्यांना अभिमान वाटत असे. सारी कऱ्यात या दोघांच्याकडे रामनवमीत मोठ्या कौतुकाने पाहात असे. उत्सव संपला की, त्याबरोबर ते पुन: आपापले मार्ग पत्करीत असत.

पण या वर्षी साऱ्याच गोष्टी चिघळल्या होत्या. पाटलांच्या वाड्यातच नव्हे, तर साऱ्या गावात दोन तट पडले होते. याला कारण म्हणजे नुकतीच झालेली निवडणूक. धाकल्या वाड्याचा यशवंतराव अधिक शिकलेला होता. श्रीपतरावापेक्षा तो अधिक समंजस होता. राजकारणात तो कधी फारसा भाग घेत नसे. पण निवडणूक जेव्हा आली, तेव्हा त्याला विचार करावाच लागला. श्रीपतरावाने काँग्रेस

पक्षातर्फे उभा असलेल्या उमेदवाराला आपला पाठिंबा जाहीर केला.

यशवंतरावाने बऱ्याच विचारांअंती स्वतंत्र म्हणून उभा असलेल्या एका उमेदवाराला आपला पाठिंबा जाहीर केला. श्रीपतरावाला त्याचा अर्थ निराळा वाटला. आपण काँग्रेसला पाठिंबा दिला आणि म्हणूनच वैर साधण्यासाठी यशवंतरावाने असे केले, असा त्याचा ठाम समज झाला. आणि येथूनच सारे चिघळत गेले.

आजपर्यंत या पाटलाच्या घराण्यातल्या वैरामध्ये कधी सारे गाव पडलेले नव्हते. पण या निवडणुकीच्या धामधुमीत गावात उघड उघड दोन तट पडले. दोघाही पाटलांना भरीला घालायला माणसे मिळाली. आणि रामपूरची होती नव्हती ती शोभा पार धुळीला मिळाली. जसजशी निवडणूक अधिक जवळ येऊ लागली तसतसे हे वैर अधिकच पेटू लागले. ज्या गावांनी कधी फारशा मोटारगाड्या पाहिल्या नव्हत्या, त्या गावात मोटारी म्हणजे सर्वसामान्य होऊन बसल्या. एकदा यशवंतराव असाच दौऱ्यावर असताना, गावामध्ये श्रीपतरावाची सभा भरली होती. त्या सभेमधे बोलताना श्रीपतरावाचा संयम राहिला नाही. तो यशवंतरावावर वैयक्तिकरीत्या तोंड सोडू लागला. त्या सभेमध्ये हजर असलेल्या यशवंतरावाच्या साथीदारांना ते सहन झाले नाही. सभेत बोलाचाली झाली, दगडफेक होऊ लागली, आणि सभा उधळली गेली. श्रीपतरावाच्या संतापाला पारावार राहिला नाही. त्याने भर सभेत सूड उगवायची प्रतिज्ञा केली.

यशवंतरावाच्या कानी जेव्हा ही हकीकत गेली; तेव्हा त्याला फार वाईट वाटले. पण झाल्या गोष्टीला इलाज नव्हता. त्यानंतर रामपूरमध्ये कुठल्याच पक्षाची सभा नीटपणे पार पडू शकली नाही. लहान पोरापासून ते म्हाताऱ्यापर्यंत सारे या दोन तटांत विभागले गेले. आणि साऱ्या रामपूरची होती नव्हती ती शोभा धुळीला मिळाली.

निवडणुकीची चाललेली धामधूम प्रत्येक घराप्रती पोहचत होती. रात्र नाही, दिवस नाही, गल्लीगल्लीतून आरडाओरड होत होती. यशवंतरावाने निवडणुकीच्या प्रचारासाठी पोवाडे मागविले होते. ते पाहून श्रीपतरावांनी हस्तेपरहस्ते वाघ्यामुरळ्यांचे कार्यक्रम ठेवले. तमाशे उभे केले. जिथे जिथे यशवंतरावांची गाडी जात होती; तिथे तिथे श्रीपतराव गाड्या घेऊन जात होता. सुरुवातीला मोठ्या उत्साहाने ह्या चुरशीत भाग घेणारी मंडळी वैराच्या कैफाने बेभान होऊन जेव्हा निवडणुकीचा प्रचार करू लागली, तेव्हा सारा गावदेखील जरा हादरलाच. श्रीपतरावाने तर एका भरसभेत आपला उमेदवार निवडून आणण्याच्या पैजेचा विडा उचलला.

निवडणूक जेव्हा चार दिवसांवर ठेपली तेव्हा गोंधळ इतका वाढला की, शेवटी रामपूरला एक स्वतंत्र पोलिस पार्टी आली. खुद्द रामपुरात खबरदारी म्हणून सभाबंदीचा हुकूम बजावला गेला. निवडणुकीच्या दिवशी श्रीपतराव व यशवंतराव पहाटेपासून

रात्रीपर्यंत साऱ्या केंद्रांवरून फिरत होते. गावोगाव जाऊन राहिलेल्या लोकांना मतासाठी बाहेर काढीत होते. अगदी शांत रीतीने त्या निवडणुका पार पडल्या, आणि रामपूरने सुटकेचा उसासा टाकला.

मतमोजणीचा दिवस जसजसा जवळ येत होता तसतशी गावची अधीरता वाढत होती, गावात निरनिराळे तर्कवितर्क केले जात होते. दोन्ही वाड्यांत आपल्या उमेदवाराला किती मते मिळणार आहेत, ह्याच्या याद्या तयार होत होत्या. आपल्या उमेदवारांची खात्री दोघांनाही वाटत होती. गावात एकमेकांना पाहताच मिशीला पीळ भरत होते.

निकाल जाहीर व्हायच्या दिवशी यशवंतराव व श्रीपतराव आपल्या लोकांसह शहराकडे गेले. तिथंच मतमोजणी होणार होती. श्रीपतराव तर गावात जय्यत तयारी ठेवूनच शहराकडे गेला होता. निकाल जाहीर होताच तो उमेदवाराची प्रचंड मिरवणूक काढणार होता.

निकाल दोनप्रहरी तीन वाजता बाहेर पडला. श्रीपतरावांनी पाठिंबा दिलेला उमेदवार दोन हजार मतांनी पडला, आणि यशवंतरावाने पाठिंबा दिलेला उमेदवार निवडून आला. श्रीपतरावाला तो निकाल ऐकून मोठे दु:ख झाले. त्याच्या संतापाला पारावार राहिला नाही. त्या दिवशी रात्र पडेपर्यंत तो गावाला परतला नाही. यशवंतरावाला आपला उमेदवार निवडून आलेल्याचा आनंद झाला. पण त्याने गाजावाजा केला नाही. तो तसाच मनात दबून ठेवला. निवडणूक संपली, त्याचबरोबर चुरसही संपली असाच त्याने विचार केला. पण घडले मात्र अगदी निराळेच.

श्रीपतरावाने तो पराजय फारच मनाला लावून घेतला. त्याच्या आजूबाजूच्या लोकांनीही त्याला चिथवला. श्रीपतरावाने ह्या अपमानाचा पुरा सूड उगवायची प्रतिज्ञा मनाशी केली.

ही कुणकुण यशवंतरावाच्या कानांवर येत होती. गावात पडलेल्या ह्या दुफळीचे यशवंतरावाला सुरुवातीला फार दु:ख झाले. पण त्याला असे वाटत होते की, रामनवमीच्या उत्सवात हे वैर टिकायचे नाही. त्यात निश्चितपणे हे वैर धुऊन जाईल. तेवढ्या विश्वासावर यशवंतराव स्वत:ला धीर देत होता.

रामनवमीचा उत्सव दहा दिवसांवर आला असताना दरवर्षीच्या प्रथेप्रमाणे यशवंतराव वाजतगाजत श्रीपतरावाच्या वाड्याकडे गेला. किती जरी वैर माजले तरी तो दिवस असा होता की, तो साजरा करण्यात त्या दोन्ही घराण्यांनी कधी माघार घेतलेली नव्हती. यशवंतरावाला त्याची खात्री होती आणि म्हणूनच यशवंतराव श्रीपतरावाच्या दारी मुहूर्तमेढीचे आमंत्रण देण्यासाठी गेला होता. दरवर्षी मिरवणूक दाराशी आली की, श्रीपतराव आपल्या वाड्याच्या भव्य कमानीत फेटा बांधून यशवंतरावाच्या स्वागताला हजर असे. मोठ्या मानाने तो यशवंतरावाला हाताशी

धरून वाड्यात घेऊन जात असे. यशवंतरावाने आणलेल्या आमंत्रणाचा विडा तो स्वीकारीत असे. पण त्या दिवशी मात्र सारेच विचित्र घडले.

मिरवणूक श्रीपतरावाच्या वाड्यापाशी आली तरी वाड्याबाहेर श्रीपतराव दिसला नाही. मिरवणूक दाराशी येऊन थांबली व यशवंतरावाने आत वर्दी पाठवली. थोड्याच वेळात बाहेर निरोप आला. श्रीपतरावाने यशवंतरावाचे तोंडसुद्धा पाहायची इच्छा नाही, असा निरोप पाठवला होता. यशवंतरावाला ते फार लागलं. त्याच्या मनात आले की, आल्या पावली परतावे. पण त्याने राग आवरला. त्याने परत आत निरोप पाठवला होता. श्रीपतरावाला भेटल्याखेरीज परतायचे नाही, असा निश्चय यशवंतरावाने केला होता.

शेवटी श्रीपतराव दाराशी आला. त्याच्या डोक्याला फेटा नव्हता. त्याच्या चेहऱ्यावर हास्य नव्हते. त्याने सदरेतूनच विचारले, 'कोण आलंय?'

'मी आलोय दादा, रामनवमीचं आवातण द्यायला आलोय मी.' शक्य तेवढ्या संयमाने यशवंतराव म्हणाले.

त्या शब्दांनी श्रीपतराव भडकला, 'दादा कुणाला म्हणतोस? मी तुझा भाऊ नाही.'

'पण तुमचं घराणं वडील आहे. त्याचा मान राखतो आहे मी.'

'लाज नाही वाटत मोठेपणाच्या गप्पा मारताना? करणी कसाबाची आणि बोलणी देवाची. मी फसायचा नाही असल्या भातुकलीच्या खेळाला, समजलं. चालता हो माझ्या दारातनं.'

'जातो दादा; मला वाटलं नव्हतं की, गावच्या देवकीत कधी आपलं वैर आडवं येईल म्हणून. आजवर कधीच असं झालं नव्हतं, म्हणूनच त्या विश्वासावर...'

'तुझ्यासारखा विश्वासघातकी कधीच आजवर जन्मलाच नव्हता आपल्या घराण्यात. शेवटचंच सांगतो ऐकून घ्या; पुढे जर गावात उत्सव झालाच तर आपल्या घराण्यातला कुणीतरी एकच तो उत्सव करायला राहील. एका म्यानात दोन तलवारी यापुढं बसणं शक्य नाही.' असे म्हणून श्रीपतराव आत गेला.

यशवंतराव खिन्न मनाने माघारी वळला. झालेला अपमान त्याला जितका डाचत होता त्यापेक्षाही गावचं काय होणार ह्याची त्याला काळजी वाटत होती. त्या दिवसापासून सारा गावसुद्धा पुरा हादरून गेला होता. दिवस जसजसे उलटू लागले तसतसे लोक अधिक अस्वस्थ होऊ लागले. रामाच्या देवळाकडे कोणी फिरकेनासे झाले. उत्सव होणार की नाही, ह्याचीच साऱ्या गावाला चिंता पडली.

आतापर्यंत यशवंतरावाला खुनाच्या धमक्या येत होत्या. पण तिकडे कधी कुणी लक्ष दिले नव्हते. साऱ्यांना वाटत होते की, रामनवमीच्या उत्सवात सारे काही मिटून जाईल. पण जेव्हा श्रीपतरावाने यशवंतरावाला वाड्याच्या दारातूनच परत

पाठवले तेव्हा यशवंतरावाच्या मित्रांना व त्याच्या घरच्या मंडळींना त्याच्या जिवाची चिंता वाटू लागली. श्रीपतराव आपल्या पराभवाचा सूड उगवणार, अशी कुणकुण कानाकानांतून फिरू लागली, आणि साऱ्या रामपुरात भीतीचे वातावरण वावरू लागले. यशवंतरावाला त्याच्या मित्रांनी निदान ही हवा विटळेपर्यंत तरी गाव सोडून जायला विनवले. पण यशवंतरावाने ते मानले नाही. तो हसून म्हणाला,

'अरे, माझा खून पडला तर पडू दे. पण रामपूरचं नाव गमावू देणार नाही मी. रामपूरच्या उत्सवात माझ्या पाठीमागं का होईना, पण दोन्ही वाडे एक झालेच पाहिजेत. माझ्या खुनानं जर हे वैर मिटणार असेल तर मी त्याला मागं सरणार नाही.'

रामनवमी चारपाच दिवसांवर आली. जाईल तो दिवस बरा, असंच सारे समजत होते. यशवंतरावालाही त्याची थोडी फार जाणीव होती. त्याची खबरदारी म्हणूनच त्याने आपल्या घरची सर्व बायकामाणसे माहेरी पाठवून दिली होती. गावात निम्म्याहून अधिक लोक यशवंतरावाच्या बाजूला होते. ते सारे त्याला धीर देत होते. रामनवमीच्या उत्सवाला अवघे तीन दिवस उरले होते. त्या दिवशी अर्धी रात्र टळून गेल्यावर यशवंतरावाच्या वाड्याच्या दरवाजावर धक्के बसू लागले. वाड्याच्या सदरेतच झोपी गेलेले सनदी खडबडून जागे झाले आणि उशाच्या फरशींना त्यांनी हात घातला. वाड्यातले म्हार प्रतिकाराला तयार झाले. एक नोकर यशवंतरावांना जागे करण्यासाठी धावला. जेव्हा तो यशवंतरावाच्या खोलीजवळ पोहोचला तेव्हा ते जागेच आहेत, हे त्याच्या ध्यानी आले. त्याने सांगितलेली बातमी यशवंतरावाने शांत चित्ताने ऐकली व तो म्हणाला, 'जानू, मी येतो खाली.'

यशवंतराव जेव्हा खाली आला तेव्हा दारावर जोरजोराने धक्के बसत होते. एका सनद्याने यशवंतरावाच्या हातात बंदूक दिली, त्याच वेळी धक्क्यांनी दाराची कडी निखळून पडली. पाजळलेले पलिते घेऊन फेट्याच्या शेल्यांनी तोंड लपेटलेले, फरशया घेतलेले दहा-पंधरा लोक एकदम आत घुसले. त्यांच्या म्होरक्याने आत पाऊल टाकताच यशवंतराव समोरच उभा असलेला त्यांच्या नजरेला पडला. क्षणभर तो भांबावल्यासारखा दिसला. त्याच वेळी यशवंतरावाचा सनदी म्हणाला,

'खबरदार कुणी पाऊल पुढं टाकलं तर! पाटलांच्या अंगाला हात लावायच्या आधी एका दोघांचं तरी मुडदं इथं पडतील...'

त्याला मध्येच थांबवत यशवंत म्हणाला, 'थांब! ठेव ती फरशी बाजूला. तसंच करायचं मनात असतं तर हातात बंदूक होती माझ्या.'

त्याचबरोबर तो म्होरक्या चिडून म्हणाला, 'मग कुणी अडवलंय तुला? उचल ती बंदूक? मला भीती घालतोस?'

शांतपणे यशवंतराव म्हणाला, 'नाही; तुम्हाला भीती मी कसली घालणार

श्रीपतदादा? तुमचं घराणं मोठं, त्यावर मी कसं हत्यार चालवू?'

तोंड झाकलेल्या श्रीपतरावांना यशवंतरावानं ओळखलेलं पाहताच तो एकदम बिचकला. त्याने आपल्या चेहऱ्यावरचा शेमला दूर केला व म्हणाला,

'ओळखलंस ते चांगलं केलंस. पण लक्षात ठेव, आज तू माझ्या हातून सुटणार नाहीस.'

यशवंतराव म्हणाला, 'दादा, आज तुम्ही येणार ह्याची कुणकुण सकाळीच मला मिळाली होती. तसं मला पळून जायचं असतं तर केव्हाच मला ते करता आलं असतं. मी तुमचीच वाट बघत होतो. खून करूनच तुमचं वैर मिटणार असेल तर खुशाल करा. पण त्याआधी मला जे सांगायचं आहे ते ऐका. तेवढं वचन मला द्या.'

श्रीपतराव गोंधळात पडलेला पाहून यशवंतराव सांगू लागला,

'दादा, आपल्या सरकारनं निवडणुका ठेवल्या त्या कोणत्या हेतूनं हे लक्षात घ्या. स्वतंत्र भारताच्या प्रत्येक नागरिकाला त्याला हवा तो प्रतिनिधी पाठवता यावा म्हणूनच ना? तुम्हाला जो योग्य वाटला त्याला तुम्ही मत दिलंत. मला जो उमेदवार योग्य वाटला त्याच्यासाठी मी प्रचार केला. निकाली कुस्तीत कोणता तरी एक पैलवान पडतोच. कुस्ती होईपर्यंत चुरस असते. पण नंतर काही राहते का? ज्याच्यासाठी आपण एवढे धडपडलो त्यातल्या तुमच्या व माझ्या उमेदवारांपैकी एकानं तरी आपली चौकशी निवडणुकीनंतर केली का? मग हे वैर का माजवायचं?'

'ह्या भाकडकथा आता मला सांगू नकोस. तुझा खून पाडायचा बेत करूनच बाहेर पडलो आहे मी. वेळ नको घालवूस.' श्रीपतराव म्हणाला.

'मीही तुम्हाला आडवत नाही. आपलं वैर संपायचीच ही वेळ आली आहे. आजवर पिढ्यान्पिढ्या चालत आलेलं हे वैर खेळण्यात एक मौज होती, त्या वैरात माणुसकी होती. आता ती राहिली नाही. मग हे टिकण्यात तरी काय अर्थ आहे? माझा खून करा. पण हे वैर मिटलंच पाहिजे. म्हणून मरताना एकच मागणं, तुमचं थोरलं घराणं म्हणून मागतो; तेवढं वचन मला द्या.'

'कसलं वचन?'

'घरची मंडळी मी गावाला पाठवली आहेत. पण घरात मी सांगून ठेवलं आहे. मला मूलबाळ नाही. माझा वंश इथंच संपवायची माझी इच्छा नाही. माझा वंश पुढं चालावा म्हणून तुमचा धाकटा मुलगा माझ्या पाठीमागे माझ्या घरात दत्तक द्या. एवढी मला भीक घाला.'

श्रीपतरावांना ते बोलणे ऐकून धरणी आपल्याला पोटात घेईल तर बरे होईल असे वाटू लागले. त्याने हातातली फरशी फेकून दिली, आणि धावत जाऊन त्यानं यशवंतरावाला मिठी मारली. रामपूरच्या इतिहासातील ती सर्वांत आश्चर्यकारक घटना होती. आलेले मारेकरी आनंदाने आणि भरल्या अंतःकरणाने ते दृश्य बघत

होते. यशवंतराव श्रीपतरावाच्या मिठीतून सोडवून घेत म्हणाला,

'दादा, आता फार वेळ हातात राहिलेला नाही. फक्त उद्याचा एकच दिवस आपल्याला आहे. सारा मंडप, रंगरंगोटी सारं सारं अजून व्हायचं आहे. दहा गावचे लोक येतील उत्सवाला. हे बघून हसतील आपल्याला. रामपूरची अब्रू जाईल.'

त्याबरोबर मिशीला पीळ भरत श्रीपतराव म्हणाला, 'तर, अब्रू जाते! मेलेल्या आईचं दूध प्यालो नाही आम्ही. आता तासाभरात भगाटंल. सारा गाव गोळा करतो. आणि एका दिवसात सारा मंडप पुरा करतो की नाही बघ. घरची माणसं आणायला आजच गाडी पाठवून दे. चल, आता उशीर करू नको.'

सारा गाव जागाच होता. काय ऐकायला मिळतं ह्याचीच ते वाट पाहात होते. श्रीपतराव व यशवंतराव प्रत्येक गल्लीला जागं करीत होते. लोक जे पाहात होते त्यावर त्यांचा विश्वास बसत नव्हता. पाहता पाहता सारा गाव देवळासमोर गोळा झाला. गावच्या भटजींच्या हस्ते, सूर्योदयाबरोबर श्रीपतरावाकरवी मुहूर्तमेढ रोवली गेली, आणि कामाला सुरुवात झाली. जेवणाखाण्याचीसुद्धा कुणाला जाणीव नव्हती. अक्षरशः सारा मंडप रात्रीत पुरा झाला. उत्सवाला अगदी वेळेवर सुरुवात करून दिली आणि मगच दोघा पाटलांनी 'हुश्श'म्हटले. रामनवमीच्या दिवशी दोघांनी रामासमोर ओल्यानं शपथा केल्या, आणि साऱ्या गावात साखर वाटून पिढ्यान् पिढ्या चालत आलेलं वैर संपल्याचं जाहीर केलं.

रामपुरात दरवर्षीच रामनवमीचा उत्सव गाजतो. पण त्या वर्षाचा उत्सव काही न्याराच होता. त्याची सर पुन्हा नाही यायची.

पूर

❧

सखा धडपडत उठला. त्याने कानोसा घेतला. त्याला वाटले, भास झाला. तोच पुन्हा दारावर थाप पडली व पाठोपाठ हाक आली—

'सखा, अरे सखा.'

'कोन त्ये!'

'मी कृष्णा. दार उघड.'

'आलो—' म्हणत सखा उठला. त्याने चिमणी पेटवली, आणि दार उघडले. दार उघडताच गार वारा भिरभिरत आत शिरला. चिमणी फुरफुरली. कृष्णा आत येताच गडबडीने सखाने दार पुढे केले, आणि दाराला दगड लावला.

'का रं, येवढ्या रातीचा आलास?'

'तुलाच बोलवायपायी आलो व्हतो.'

'का रं?'

'डोण टाकाया हवा, सखा.'

'डोण! आणि ह्या वक्ताला? येडा तर न्हाईस?'

'तशीच नड हाय सखा. न्हाई म्हणू नकोस.'

'खुळा का काय? अरं, नदीचं पानी चढत हाय. कोल्याच्या हाटेलला पानी लागलंय. परवा इनामदारासाठी डोण टाकला. कसा कडला लागलो त्ये माझं मला माहीत. त्यावर हातभर पानी चढलंय. न्हाई कृष्णा, ते जमायचं न्हाई. पानी उतरल्यावर बघू.'

'तेवढी सवड असती म्हंजे कशाला आलो असतो ह्या वक्ताला? एका माणसाच्या जिवाची बाब हाय ही!'

'कोन टेकलंय मरायला?'

'तुझ्या चंद्रीचा पाटाचा दाल्ला. घेऊन आलीया त्याला येशीत. तिनंच धाडलाय मला तुझ्याकडं. सकाळच्या आत थोरल्या दवाखान्यात पोचला तरच जगल, असं सांगितलंय डाक्टरानं.'

'मला सांगू नकोस त्ये!' सखा भडकला, 'जवा माझ्याकडनं तिनं सोड घेतली तवाच ती मेली मला, तिच्या दाल्ल्याचं सुतक न्हाई लागायचं मला. जा तू!'

'सखा! असं करू नगस.' कृष्णा काकुळतीस येऊन म्हणाला,
'तिचा दाल्ला माशागत तडफडतोय.'

'म्हणून मी मरू का काय? येड लागलंय कृष्णा तुला!'

'तुझी मर्जी. तरी मी तिला सांगत होतो. जातो मी–' म्हणत कृष्णा उठला. तो बाहेर जाताच सखा उठला आणि आत जाऊन त्याने चूल पेटवली. चंद्रीच्या आठवणीने तो अस्वस्थ झाला होता. त्याने चुलीमागे ठेवलेल्या रांजणातून बाटली काढली. त्यातली दारू वाटीत ओतून घेऊन ती चाखत तो शेकत बसला. बराच वेळ गेला, आणि अचानक दार करकरले. सखाने बसल्या जागेवरून विचारले,

'कोन त्ये?'

'मी.' म्हणून शब्द आले. पाठोपाठ बांगड्यांचा आवाज झाला. सखाने चमकून पाहिले. आतल्या दाराशी येऊन चंद्रा उभी होती. चिमणीच्या उजेडात देखील सखाला ती स्पष्ट दिसत होती.

'का आलीस?'

'तुला बलवाया.'

'कृष्णाला सांगितलं हाय मी.' सखा तुटकपणे म्हणाला.

'समजलं मला ते! सखा, ह्या येळंला न्हाई म्हनू नगंस. मागशील तेवढं पैसं दीन मी तुला.'

'लई सिरमंत झालीयास वाटतं? चंद्रा, दोन वर्सं माझ्याबरोबर ऱ्हाऊनबी तुला माझी वळक गावली न्हाई.'

'जाऊ दे ते, सखा. मागचं काढू नगंस. त्येचा जीव घोटाळ्यायला लागलाय बघ. रातीधरनं पोटात कळ घातलीया—'

'त्ये कशाला सांगतीस? त्याच्यापायी तुझा जीव घोटाळतो, आनि माझ्यापायी? दोन वर्सं झाली तुला हे घर सोडून. सिरंमतीमागं धावलीस आनि माझं घर उठवलंस!'

'सखा!' चंद्रा किंचाळली, 'पाया पडते तुझ्या, पन येवढी येळ निभावून ने.' चंद्रा पदराने आपले डोळे टिपत होती.

'रडू नगस चंद्रा!' सखा म्हणाला, 'त्येच्यासाठी मी न्हाई म्हणत न्हाई. पानी लई चढलंय. डोण टिकायचा न्हाई असल्या पान्यात.'

'पण सखा—'

'न्हाई चंद्रा! जा तू. माझ्या हातनं हे व्हायचं न्हाई.'

चंद्रा तिथेच उभी होती. सखाने खाली मान घातली होती. चंद्राने आपले डोळे टिपले. तिच्या चेहऱ्यावर आता तो करुणभाव राहिला नव्हता. त्या जागी संताप भरला होता. ती कडाडली,

'जाते! कुनी न्हाई घातला डोन तर मी घालीन. काय व्हायचं ते हुईल आमचं.

टाळूवरचं लोणी खानाऱ्याची जात हाय तुझी. मांगाचं काळीज हाय तुझं. तूऽऽतूऽऽ...'

संतापाच्या भरात तोंडाला येईल ते चंद्री बोलत होती. सखा हू की चू करीत नव्हता. बोलता बोलता मध्येच चंद्रा रडत होती. डोळे टिपत होती. सखाला तिचे बोलणे ऐकताना कुठे तरी समाधान वाटत होते. चंद्राचा तो स्वभाव त्याला ठाऊक होता. बोलून बोलून थकताच चंद्रा थांबली. त्याबरोबर सखाने मान वर केली आणि मोठ्याने हसून तो म्हणाला, 'का थांबलीस?'

त्या शब्दानं चंद्रा परत भडकली. तिचा शब्द बाहेर पडू शकला नाही ती झरकन् मागे वळली. ती दार उघडणार, तोच सखाचे शब्द तिच्या कानावर आले, 'थांब.'

चंद्राच्या मनात नसताही तिचे पाय थांबले. तिने मागे वळून पाहिले. सखा उठत होता. तो चंद्राजवळ येऊन म्हणाला, 'चंद्रा, तू हो म्होरं! येवढ्यात मी येतो.'

चंद्रा आनंदाने घराबाहेर पडली.

चंद्रा जाताच सखाने पैरण अंगात घातली. घोंगडे अंगावर लपेटलेले, कणगीतली बाटली पैरणीच्या खिशात कोंबली आणि दारापाठीमागची काठी घेऊन चिमणी फुंकून तो घराबाहेर पडला.

भल्या पहाटेचा अगदी अंधुक उजेड सर्वत्र पसरला होता. कोंबड्यासारखा पाऊस पडत होता. रस्त्यातला चिखल तुडवीत सखा जेव्हा वेशीत पोहोचला, तेव्हा वेशीत एक बैलगाडी उभी होती. गाडीजवळ येताच सखाने गाडीत डोकावले. पिंजरावर पसरलेल्या सतरंजीवर एक इसम कण्हत होता. मिणमिणत्या कंदिलाच्या उजेडात त्याचा चेहरा भकास दिसत होता. सखाने हाक मारली,

'चंद्रा—'

चंद्रा पाठीमागेच उभी होती. कृष्णाही कंदील हातात धरून उभा होता. सखाने गाडीवानाला गाडी वरती घेऊन यायला सांगितले व कृष्णाला चंद्राबरोबर जायला सांगून तो डोणाकडे वळला.

सखा जाताच कृष्णा म्हणाला, 'चंद्रा! ऐक माझं. पानी लई चढलंया. ओढबी लै हाय. सखा पट्टीचा डोणकरी हाय खरा, पन मला न्हाई वाटत डोण टिकल म्हणून.'

चंद्रा म्हणाली, 'काय हुईल ते खरं. सकाळच्या आत बेळगावला न्हाई पोचलं, तर धडगत न्हाई असं सांगितलंया डाक्टरानं.'

'बघ तुझं तू, सांगायचं काम माझं. सखानंबी जरा नशापाणी केलं हाय. त्याचा नूरबी निराळाच दिसतोया. तुला हायेच ठाऊक त्येचा स्वभाव.'

नदीकाठनं गाव सोडून बरेच वर आल्यावर गाडी थांबली. सारे डोळे फाडून सखाला बघत होते. थोड्याच वेळात सखा डोण धरून पाण्यातून ओढत घेऊन येताना दिसला. डोण येताच सखाने दोर कृष्णाकडे फेकला व ओढायला सांगितले. चिखल तुडवीत सखा बाहेर आला.

वारा घोंगावत होता. नदीच्या पाण्याचा आवाज त्याची भीषणता वाढवीत होता. पैलतीरावरच्या झोपडीतला मिणमिणता दिवा दिसत होता. त्या पसरलेल्या नदीच्या अफाट पात्राची कल्पना जास्तच भयाण वाटत होती. सखा चंद्राला म्हणाला,

'चंद्रा, आटप आटप. आता उशीर करून न्हाई भागायचं. पानी चढतंच हाय. रातसारी पाऊस बडवतोय. कवा पानी वाढल त्येचा नेम न्हाई.'

कृष्णाने व गाडीवानाने काळजीपूर्वक चंद्राच्या नवऱ्याला गाडीतून काढले. सखा डोण धरून उभा होता. डोणाच्या मधल्या फळीवर सतरंजी अंथरल्यावर त्या दोघांनी चंद्राच्या नवऱ्याला त्या फळीवर बेताने ठेवले. पोटातल्या वेदनेने तो तडफडत होता. त्याच्या अंगावर चंद्राने घोंगडे-धाबळ पांघरली व ती सखाकडे पाहू लागली. सखाने तिला वर चढायला सांगितले. चंद्रा आपल्या नवऱ्याच्या उशाला जाऊन बसली. पावसाच्या पाण्यापासून नवऱ्याला वाचवण्यासाठी तिने छत्री उघडून त्याच्या चेहऱ्यावर धरली होती. कंदील आडव्या बांबूला अडकवला होता. सर्व तयारी होताच सखाने घोंगड्याची खोळ करून डोक्यावर घेतली आणि तो कृष्णाला म्हणाला, 'चढ वर.'

'कोन—मी?' कृष्णा किंचाळला.

'तू येणार न्हाईस?'

'न्हाई बा.'

सखा जास्त बोलला नाही. कृष्णाच्या भ्यालेल्या चेहऱ्याची त्याला तशा अंधारातही कल्पना आली. तो गालातल्या गालात हसला. डोणाची ओढ फार वाटत होती. सखाने देवाचे नाव घेतले आणि डोण आत रेटून चटकन् त्याने डोणात उडी घेतली. त्या घोंगावणाऱ्या पाण्याच्या ओघात डोण वाहू लागला.

पुराच्या ओघाबरोबर डोणाची गती वाढत होती. हेलकावे वाढत होते. पुराचे पसरलेले अफाट पाणी त्या अंधाऱ्या उजेडात भयाण वाटत होते. पाण्याचा धो धो आवाज सर्वत्र भरून राहिला होता. त्यातच पावसाची सर सुरू झाली. डोणाच्या हेलकाव्यांनी चंद्राचा नवरा जास्तच अस्वस्थ झाला होता आणि तो मोठ्याने विव्हळत होता. चंद्रा क्षणाक्षणाला त्याचा चेहरा निरखत होती. त्याच्या चेहऱ्यावर चुकून पडलेले पावसाचे थेंब आपल्या पदराने ती टिपत होती. सखा ते अस्वस्थपणे बघत होता. त्यातच चंद्राच्या नवऱ्याला ढास लागली वाऱ्याच्या झोताने फुरफुरणाऱ्या कंदिलाच्या उजेडात चंद्राच्या चेहऱ्यावरची काळजी, अस्वस्थता पाहून सखाला राहवले नाही आणि खिशातली बाटली काढून चंद्राच्या हाती देत तो म्हणाला, 'पाज त्याला थोडी, बरं वाटंल.'

चंद्रनं तोल सावरून बाटली घेतली आणि थोडी दारू आपल्या नवऱ्याच्या तोंडात घातली आणि त्याच्या गालावरून सांडलेली दारू तिने लगबगीने आपल्या

पदराने पुसली. ते पाहात असताना सखाचा अस्वस्थपणा वाढत होता. चंद्राची ती काळजी पाहून त्याला कुठे तरी खुपत होते.

डोण नदीच्या मधल्या पात्रात आला होता. त्याचे हेलकावे वाढत होते. सखा डोणाच्या चढउताराकडे लक्ष देऊन पाहात होता. प्रवाहातून बाहेर पडताच सखाच्या चेहऱ्यावर हसू उमटले. चंद्राला तो ओरडून म्हणाला, 'सुटलो! आता भीती नाही.' ते ऐकून चंद्रा हसली व काहीतरी म्हणाली. पण ते वाऱ्याच्या झोतात सखाला ऐकू आले नाही.

पलीकडच्या काठावरच्या झोपडीतला मिणमिणता उजेड जास्त स्पष्ट दिसू लागला. डोण जोराने तिरका जात होता. सखा डोण सावरायचा प्रयत्न करीत होता. डोक्यावरची घोंगड्याची खोळ टाकून तो तोल सावरत उभा राहिला आणि त्याने हातात डोणकाठी घेतली. काठ जवळ येताच सखा ओरडला, 'घट्ट धर.'

चंद्राने छत्री मिटली व नवऱ्याचे डोके कवटाळून ती ओणवी पडली. क्षणाक्षणाला डोण पुढे झेपावत होता. बघता बघता रेताडात तो खसकन घुसला. त्या धक्क्याने गदकन हलला. सखाने मिटलेले डोळे उघडले. चंद्राने आपला घाम टिपला. धक्क्याने कंदील केव्हाच विझला होता. डोणाच्या तळात कंदील घेऊन सखाने तो पुन्हा पेटवला, आणि चंद्राला म्हणाला, 'तू उतर आदी.'

चंद्राने जांघेबरोबर आपले लुगडे खोचले आणि डोणाच्या कडेचा आधार घेऊन ती उतरली. तिच्या मांड्या अध्यापिक्षा जास्त भिजत होत्या. तिच्या हाती कंदील देताना सखाचे लक्ष तिच्या मांड्यांवर क्षणभर खिळले. डोणाचा दोर तिच्या हाती देत तो म्हणाला, 'चल घेऊन कडला. सांभाळून जा, नाही तर पडशील पान्यात आणि लागशील वडीला. मी घेतो तुझ्या नवऱ्याला आणि येतोच पाठोपाठ.'

चंद्रा तिथेच उभी होती. सखाने सतरंजीच्या खालून त्याच्या मानेखाली हात घातला, तसाच दुसरा हात त्याच्या गुडघ्यांखाली घातला आणि त्याला उचललं. डोणावरून उतरताना सखा दोन वेळा हिंदकाळला, पण त्याने आपला तोल सावरला. चंद्रा पुढे चालू लागली. पाठोपाठ सखा जात होता. पिंढरीएवढ्या चिखलपाण्यातून चालताना सखाचा सारखा तोल जात होता. हातातल्या ओझ्याने त्याचे हात खाली येत होते. त्याच्या हाताखालून पाणी फेसाळत होते. चंद्राचे सुख आणि त्याचे दुःख त्या वेळी सखाच्या हातात होते. त्याला तो संभाळत होता!

काठावरच्या झोपडीत पावसाळी हॉटेल होते. चंद्रा आत जाताच पेटलेल्या चुलीपुढे बसलेले पाचसहा लोक त्यांच्याकडे बघतच राहिले. सखाने हातातले ओझे जमिनीवर ठेवले. चंद्राचा नवरा कण्हू लागला होता.

आपले भिजलेले कुडते सखाने काढले आणि तो चुलीपुढे गेला. त्याला लोकांनी जागा करून दिली. चंद्राने आपल्या नवऱ्याचे पांघरूण सारखे केले, व ती सखाला म्हणाली, 'सखा मी गाडी बघते. तंवर ह्यांच्यावर नजर ठेव.' एवढं सांगून

ती बाहेर पडली.

हॉटेलवाल्याने विचारलं, 'सखा, चा देऊ?'

'च्या?' सखा किंचाळला, 'थंडीनं लागलोय मरायला, आनी म्हणं चा! बाटलीचा दे!'

'– पण सखाऽऽ'

'दे म्हंतो नव्हं!'

बाटली मिळताच सखाने कपात थोडी ओतून नरड्याखाली ढोसली, जरासे बरे वाटल्यावर सखा म्हणाला, 'तो पडलाय त्याला पाज थोडा चा.'

बऱ्याच वेळानंतर चंद्राचा आवाज आला. चंद्रा आत येताच सखाने विचारले, 'मिळाली गाडी?'

'मिळाली एकदाची!'

सखा उठून चंद्राच्या समोर गेला. चंद्राचा चेहरा अगदी थकून गेला होता. सखा जवळ येताच चंद्राने हातातली पाटली काढली आणि सखाच्यापुढे केली. एका क्षणात सखाच्या चेहऱ्यावर आश्चर्य, संताप चमकून गेला. स्वतःला सावरून तो म्हणाला, 'लई सिरमंत दिसतीयास! न्हाऊ दे ते तुझ्याजवळच. अडलंच तर तुलाच उपयोगी पडल ते.'

चंद्राला पुष्कळ बोलायचे होते, पण तिच्या तोंडून शब्द फुटेना. कृतज्ञतेने दाटलेल्या नजरेने तिने एकदा सखाकडे पाहिले आणि नवऱ्याच्या पाठोपाठ ती गाडीत बसली. गाडी चालू लागली. बघता बघता पहाटेच्या अंधूक उजेडात गाडी दिसेनाशी झाली. बराच वेळ पावसात भिजत सखा त्या गाडी गेलेल्या वाटेकडे बघत उभा होता.

झोपडीत येताच सखाने प्यायला सुरुवात केली. सखा साऱ्यांना सांगत होता, 'लई सिरमंत झालीया! पैक्याचा धूर चढलाय तिच्या डोळ्यावर...'

सखा बडबडत होता. आजूबाजूचे लोक ऐकले न ऐकलेसे करून गप्प बसले होते. चूल धडधडत होती. छपरावर पाऊस बडवत होता. बाटली संपल्यावर सखाने खिशातून चार रुपये काढले व ते हॉटेलवाल्याच्या हातात दिले. त्याने एक रुपया परत दिला, तो नाकारून सखा म्हणाला, 'घे तो! मी बी काय कमी सिरमंत नाही! तुला बक्षीस दिलाय त्यो!' असे म्हणत सखा उठला. हॉटेलवाल्याने विचारले,

'सखा कुठं निघालास?'

'जातो परत.'

त्याबरोबर एकजण म्हणाला, 'अरे सखा, आमी तिघं हाय. कालधरनं बसलुया इथं. आमास्नीबी घेऊन चल.'

'येड लागलाय का काय तुमास्नी? पाऊस ह्यो असला. इथं कसा येऊन लागलो ते माझं मला ठाव. न्हाई, मी कुनालाबी संगं घेणार न्हाई, काय व्हायचं

असल, ते माझं हुईल.'

हॉटेलवाला म्हणाला, 'सखा, ऐक माझं. येवढ्यात उजाडंल. जायचंच झालं तुला तर उजाडल्यावर जा.'

ते ऐकताच सखा चिडला व म्हणाला, 'मला सांगतोस? येताना काय तुमी वाट दावायला आला व्हतासा रे हरामखोरांनो!'

आणि साऱ्यांना शिव्या देत तो बाहेर पडला. त्याला अडवायला हॉटेलवाला बाहेर पडणार, तोच एकाने त्याला आडवले नि म्हटले,

'मरंना त्यो! तुला कशाला न्हाई ती पंचायत!'

सखाने जाऊन डोण धरला आणि वळवून नदीकाठाने वर न्यायला सुरुवात केली. डोण वर रेटत नेत असताना तो पुटपुटत होता, 'हलकट! बायलीची जातच हलकट. जान न्हाई ***ऽऽऽ...'

हॉटेलातले सारेजण बाहेर गोळा होऊन ते दृश्य पाहात होते. सकाळचा उजेड सर्वत्र फाकत होता. नदीचे अफाट पसरलेले तांबूस पात्र घोंगावत होते. न राहून हॉटेलवाल्याने पाचसहा हाका सखाला घातल्या. पण एकदाही सखाने त्याला दाद दिली नाही. तो आपल्याच तंद्रीत नदीकाठाने वर जात होता, बराच वेळ गेल्यावर त्याने डोण पाण्यात लोटला. डोण हिंदकळत पाण्यातून धावत होता. डोणाच्या फळीवर सखा हातवारे करीत बसला होता.

डोळे तारवटून सारे हॉटेलातून ते भयानक दृश्य पाहात होते. एकजण म्हणाला, 'खरी छाती पोराची!'

त्याच वेळी दुसरा किंचाळला, 'अरे! ते बघ!'

'काय रं?'

'डोणाच्या वरती बघ तिकडं.'

सारे डोळे फाडून बघत होते. नदीच्या पाण्यातून वरून काही तरी मोठं काळं वाहत येत होतं. एकजण म्हणाला, 'झाडच हाय जनू.'

थोड्याच क्षणात साऱ्यांनाच ते झाड असल्याची खात्री पटली. सखाचा डोण नदीच्या पात्रात मध्यभागी ठिपक्यासारखा दिसत होता. हॉटेलच्या बाहेरून साऱ्यांनी घसा फोडून हाका दिल्या, 'सखा, वर बघ! सखाऽऽ'

सारे तोंडात बोट चावत श्वास रोखून बघत होते. बघता बघता ते झाड व डोण एक झाली. साऱ्यांचे डोळे गपकन् मिटले गेले. जेव्हा त्यांनी पुन्हा पाहिले, तेव्हा ते झाड पुढे जात असलेले दिसले. डोण किंवा सखा त्यांना दिसला नाही.

सकाळी गावकरी जेव्हा काठाकाठाने हुडकत होते, तेव्हा गावाच्या खाली वळणावर डोणाच्या फळ्या गावकऱ्यांच्या हाती लागल्या. सखा मात्र कुठेच सापडला नाही.

❁

वारसा

❀

आप्पासाहेब व रावसाहेब आपल्या वाड्याच्या सदरेत अस्वस्थपणे बसले होते. दोघेही चिंताक्रांत दिसत होते. दोघे सख्खे भाऊ, पाठीला पाठ लावून आलेले, गेल्या चाळीस-बेचाळीस वर्षांत इनामदारीवर आलेल्या अनेक संकटांना त्यांनी तोंड दिले होते. येईल त्या संकटाशी ते यशस्वीपणे झगडले होते. पण आजच्या नव्या संकटापुढे ते पुरे ढासळले होते. ज्या इनामदारीच्या जोरावर त्यांनी अनेक संकटांना तोंड दिले त्या इनामदारीवरच हे संकट आल्याने ते पुरे गोंधळून गेले होते. सत्तारूढ झालेल्या काँग्रेस सरकारला वीस हजार रुपये जुडी भरणे जरूर होते. त्याची मुदत संपत आली होती. पैसे भरले गेले नाहीत तर पिढ्यान् पिढ्या चालत आलेली जमीन जाणार होती. आजवरची घराण्याची पत धुळीला मिळणार होती. त्यामुळे ते दोघे भाऊ अस्वस्थ झाले होते.

गेला महिनाभर पैसा उभा करण्यासाठी त्यांनी अनेक प्रयत्न केले होते. पण सर्वत्र पसरलेल्या मंदीमुळे येवढी मोठी रक्कम एका रकमेने देणारा सावकार त्यांना मिळत नव्हता. त्यांचे सारे प्रयत्न अयशस्वी झाले होते. त्या दोघांचे डोळे सारखे दरवाज्याकडे लागले होते. त्यांनी आपला कारभारी एका ठिकाणी पाठविला होता. त्याच्या येण्याची ते वाट पाहात होते.

कारभारी येताच त्याने पत्र काढून आप्पासाहेबांच्या हाती दिले आणि अधिऱ्या अंत:करणाने आप्पासाहेबांनी ते पत्र वाचण्यास सुरुवात केली. पत्र वाचीत असताना मोठ्या आशेने रावसाहेब आपल्या भावाच्या चेहऱ्याकडे बघत होते. ते पत्र वाचून आप्पासाहेबांनी एक दीर्घ नि:श्वास सोडला व ते म्हणाले,

'चला. आता शेवटची आशाही मावळली. खुद् तेच पैशाच्या अडचणीत आहेत असं त्यांनी लिहिलं आहे. वाच हे पत्र.' असे म्हणून आप्पासाहेबांनी ते पत्र रावसाहेबांच्या हाती दिले. पत्र वाचून होताच रावसाहेब म्हणाले,

'दादा, आता काय करायचं?'

'काय करणार? होते तेवढे प्रयत्न केले. देवाच्या मनात असेल तसं होईल.' आप्पासाहेब नि:श्वास सोडून म्हणाले.

'मला अजून एक जागा दिसते.' रावसाहेब म्हणाले.

'कोणती?' मोठ्या आशेने आप्पासाहेबांनी विचारले.

'चंद्राबाईनी मनात आणलं तर कदाचित...' नजर चुकवीत रावसाहेब म्हणाले.

'रावबा! शुद्धीत आहेस का? त्या रखेलीच्या पायी साऱ्या घराची धुळधाण झाली. आई तिच्या त्रासानं पिचून मेली. हे येवढ्यात विसरलास? आणि तिच्या घरी जायचं म्हणतोस?' आप्पासाहेब संतापाने म्हणाले.

'आपण काही भीक मागायला जात नाही. उसने पैसे हवे आहेत आम्हाला. व्यवहार करायला म्हणून जायला काय हरकत आहे? मला तेवढाच एक मार्ग दिसतो. तिचे दोन्ही मुलगे शहरात वकिली करताहेत. त्याशिवाय आबांनी दिलेलं उत्पन्नही आहे. तिच्याजवळ पैसा असण्याचा संभव आहे...'

'खुळा आहेस तू. ती म्हातारी केवढी खाष्ट आहे ह्याची कल्पना नाही तुला. तिच्याजवळ पैसा असला तरी ती आपल्याला देणार नाही. उलट आजवरचा दावा साधून घेईल. हवं ते बोलेल. आबांचा काळ झाल्यापासून आपण आजवरच्या पंचवीस वर्षांत किती वेळा तिची चौकशी केली? एका गावात असूनही कधी तिच्याकडे फिरकलो नाही. उलट चालत आलेलं वैरच आपण पुढं चालविलं. अशा स्थितीत आपण तिच्या दारी गेलो तर काय शोभा होईल ह्याची कल्पनाही मला करवत नाही.'

'मला वाटलं ते मी सुचवलं. आपल्या मनात नसेल तर माझा हट्ट नाही. पण आता घराण्याची अब्रूच पणाला लागली असताना आपण आपल्या मानापमानाचा विचार करून कसं चालेल?'

'खुळी आशा आहे तुझी! तू म्हणतोच आहेस तर संध्याकाळी जाऊ आपण. तुला अनुभव येईलच.'

'कुणास माहीत? कदाचित तिच्या मनात परमेश्वर उभा राहिलही!'

सूर्य जसजसा पश्चिम क्षितिजाकडे अधिकअधिक झुकू लागला तसतसे आप्पासाहेब व रावसाहेब अधिक अस्वस्थ होऊ लागले. त्यांची मने पुरी गोंधळून गेली.

रावसाहेबांच्या जन्मानंतर दोन वर्षांनीच चंद्राबाईला आणली होती. चंद्राबाईला त्याच गावात स्वतंत्र घर करून दिले होते. तिला उत्पन्न दिले होते. रावसाहेबांच्या आईने आपल्या दोन्ही पोरांच्या मनात चंद्राबाईबद्दल पुरा द्वेष भरवला होता. रावसाहेबांची व आप्पासाहेबांची आई वारल्यानंतर एक दोन वर्षांत आबासाहेबही वारले होते. त्यांच्या मृत्यूने ते वैर थांबले नाही. चंद्राबाईबरोबरचे वैर आप्पासाहेब व रावसाहेबांनी तसेच पुढे चालविले. जरी आप्पासाहेब व रावसाहेब चंद्राबाईशी फटकून वागत होते तरी चंद्राबाईचे दोन्ही मुलगे आप्पासाहेब व रावसाहेबांना नमून वागत असत. कदाचित चंद्राबाईनेच ती शिकवण दिली असावी. त्याच चंद्राबाईच्या घरी जायचा प्रसंग त्या दोघांवर आल्याने त्यांचा स्वाभिमान दुखावला गेला होता...

सूर्य मावळला. अंधूक प्रकाश गावात रेंगाळत असता आप्पासाहेब व रावसाहेब घराबाहेर पडले. रस्त्याने जात असताना त्या दोघांच्या माना खाली गेल्या होत्या. चंद्राबाईच्या घरासमोर येताच आप्पासाहेबांनी रावसाहेबांकडे पाहिले. क्षणभर रावसाहेब घुटमळले. पण दुसऱ्याच क्षणी त्या घराच्या पायऱ्या ते चढू लागले. पाठोपाठ आप्पासाहेबही होतेच. दाराशी आलेला नोकर त्या दोघांना बघतच राहिला. रावसाहेबांनी त्याला आत कळविण्यास सांगितले. नोकराने त्यांना बैठकीच्या खोलीत बसायला सांगून तो आत गेला.

बैठकीच्या खोलीत बसताच त्यांचे लक्ष आजूबाजूला गेले. समोरच्या भिंतीवर त्यांच्या वडिलांचे एक तैलचित्र टांगले होते. त्या तैलचित्रावर नजर जाताच ते दोघे परत अस्वस्थ झाले. त्याच वेळी कुणीतरी आतून येत असल्याची चाहूल लागली. नकळत दोघेही उभे राहिले आणि त्यांना खोलीत येत असलेल्या चंद्राबाईचे दर्शन झाले.

पांढरी मलमल नेसलेली चंद्राबाई आत आली. वार्धक्याने तिला नमविले नव्हते. ती म्हातारी ताठ उभी होती. तिचे केस जरी पिकले होते तरी तिच्या चेहऱ्यावरची गौरकांती जशीच्या तशीच होती. तिच्या तारुण्यातल्या सौंदर्याची कल्पना तिचा आजचा चेहरा पाहून कुणालाही करता आली असती. तिला पाहताच आप्पासाहेब व रावसाहेबांच्या अंगातून वीज चमकून गेल्यासारखे वाटले. तिच्या पाया पडावे की न पडावे ह्याबद्दल त्यांच्या मनाचा गोंधळ उडून गेला. त्याच वेळी म्हातारीचा किंचित घोगरा पण खणखणीत स्पष्ट आवाज त्यांच्या कानी आला.'

'बसा ना!'

रावसाहेब व आप्पासाहेब बसताच चंद्राबाईही बसली. काय बोलावे हेच त्यांना समजत नव्हते. चंद्राबाईच म्हणाली,

'विठूनं सांगितलं तेव्हा खरं देखील वाटलं नाही! बाकी बरं झालं आलात ते. अरे, वैर केलं ते मोठ्या माणसांनी; त्यांच्याबरोबरच ते संपलं. पोरांनी त्यात लक्ष घालू नये. खरं की नाही?'

'खरं आहे,' रावसाहेब मान हलवीत म्हणाले.

त्यावर कुणीच काही बोलले नाही. चंद्राबाई दोघांना निरखीत होती. ती खाकरून म्हणाली,

'बरं झालं तुम्ही आलात ते. मला बरं वाटलं. कैक वेळा मनात यायचं, वाटायचं, सरळ तुमच्याकडे जावं आणि चार गोष्टी सांगून मोकळं व्हावं. अरे वैर करायचं झालं तरी त्या योग्यतेचा वैरी असावा लागतो. तुमची आईबाई होती तोवर तेच करीत आलो. ती पुण्यवान्, भरल्या कपाळानं गेली आणि मी फुटक्या नशिबाची, मोकळ्या कपाळानं त्यांच्या मागं राहिले.' खिन्नपणे हसत चंद्राबाई

म्हणाली. 'बाकी कपाळ आधी भरलंच नव्हतं म्हणा जाऊद्या! तुम्ही आलात ह्यातच सारं संपलं.'

नोकराने चहा आणून दोघांपुढे ठेवला. चंद्राबाई म्हणाली,

'घ्या. तुम्ही येणार हे कळलं असतं तर काहीतरी खायला करूनच ठेवलं असतं.'

चहाचा कप उचलीत रावसाहेब म्हणाले, 'चहा घेतो ना!'

रावसाहेबांनी आप्पासाहेबांच्याकडे पाहिले. त्यांनीही कप उचलला. चहा पिऊन होताच दोघेही बसल्या जागी चुळबुळत होते. चंद्राबाईच्या ध्यानी ते येत होते. तिने विचारले,

'ठीक चाललंय ना?'

रावसाहेब खाकरत म्हणाले, 'कुठलं आलंय ठीक चालायला? दररोज एक एक नवीन नवीन कायदे होताहेत. त्यातून डोकं काही वर येत नाही.'

'म्हणजे?'

'आता परवाचीच गोष्ट घ्या. सरकारनं परगणावतन खालसा केलं आहे. ते जर राहावं अशी इच्छा असली तर आकाराच्या सहापट सरकारात भरले पाहिजेत. म्हणजे जवळ जवळ वीस हजार भरवयाचे आहेत. आणि त्याच चिंतेमुळे आज आपल्याकडे आम्ही आलो आहो.'

चंद्राबाई हसून म्हणाली. 'माझ्याजवळ रे कुठले वीस हजार आलेत? पुरून ठेवलेत का काय मी?'

'तसं नाही; पण आशा वेडी असते. आम्ही सर्व प्रयत्न करून पाहिले. पण कुठं सोय झाली नाही. आता फक्त चारच दिवस राहिले आहेत. अमुक एक प्रयत्न करायचा राहिला असं वाटू नये म्हणून आज आपल्याकडे आलो. आपल्या हातून काही होण्यासारखं नसलं तर उत्पन्न जवळ जवळ सरकारच्या ताब्यात गेल्यातच जमा आहे.'

चंद्राबाईला काय बोलावे हे सुचत नव्हते. आप्पासाहेब व रावसाहेब आपल्या घरी याचक म्हणून आले आहेत यावर तिचा विश्वासदेखील बसत नव्हता. त्या दोघांना बसायला सांगून ती आत गेली.

चंद्राबाई तशीच मागील दारी गेली. आजवर दडपून राहिलेल्या साऱ्या भावना उफाळून उठल्या होत्या. आप्पासाहेबांनी व रावसाहेबांनी गेल्या पंचवीस वर्षात तिला कमी छळले नव्हते. तिला दिलेल्या जमिनी परत मिळविण्याचा त्यांनी प्रयत्न केला होता. त्यासाठी तिला अनेक वेळा कोर्टात उभे राहावे लागले होते. आपल्या दोन्ही मुलांसाठी तिने ते सहन केले होते. चंद्राबाईच्या दोन्ही मुलांचा उल्लेख ते 'लेकावळ्याची' असा करीत असत. हे तिच्या कानी अनेक वेळा येत असे. देवदयेने तिची दोन्ही मुले

हुशार निघाली. आज ते दोघे शहरात यशस्वी वकील म्हणून ओळखले जात होते. त्यांनी स्वत:ची प्रतिष्ठा मिळविली होती. त्याचा चंद्राबाईना अभिमान वाटत होता. पण आज आप्पासाहेब व रावसाहेबांना पाहून तिच्या अंगाचा भडका उडाला होता. तिच्या मनात येत होते की, असेच जावे आणि त्यांना भरपूर बोलून घ्यावे. त्यांच्या कृत्याची आठवण द्यावी व सांगावे, 'जेव्हा तुमच्या जमिनींचा लिलाव होईल तेव्हा ऐपत असेल तर घेईन मी–'

संतापाने चंद्राबाईचा चेहरा लालबुंद झाला होता. डोळे भरून आले होते. डोळ्यांतले पाणी पुसत ती माघारी वळली.

चंद्राबाई जशी आत आली तशी त्या दोघांना आशा उत्पन्न झाली होती. चंद्राबाई आली आणि काही न बोलता खाली बसली! रावसाहेब म्हणाले,

'बाई, तुम्ही एवढं काम केलंच पाहिजे.'

चंद्राबाई शक्यतो स्वत:ला सावरीत म्हणाली, 'ते खरं; पण एवढी रक्कम मी देणार कुठून? जे तुमच्या वाड्यात नाही ते माझ्यासारखीच्या घरी कुठून सापडणार?'

'असं नका म्हणू. अशा वेळी तुम्ही मदत करायची नाही तर दुसरं कोण करणार?' रावसाहेब चिकाटीने म्हणाले.

चंद्राबाईला संयम राखणे कठीण गेले. ती मान वर करून म्हणाली,

'हे मी का करावं हे सांगाल का?'

दोघांनीही दचकून चंद्राबाईकडं पाहिले. म्हातारी संतापाने थरथरत होती. ती म्हणाली,

'आप्पासाहेब! विसरलात? वडिलांचे दिवस होण्याचीही वाट न पाहता तुम्ही आमच्यावर दावा लावलात. कोर्टात आमचे धिंडवडे काढलेत! एका बाईमाणसाला कोर्टात उभं करून तिच्या जमिनी मिळविण्याचा प्रयत्न केलात. त्याही तुमच्या वडिलांनी दिलेल्या ना? थुंकल्या अन्नावर नजर टाकलीत. तेव्हा घराण्याच्या अब्रूची चाड तुम्हाला वाटली नाही?'

आप्पासाहेब उठत म्हणाले, 'चल रावबा.' आणि चंद्राबाईकडे न बघता ते म्हणाले,

'येतो आम्ही.'

'जरूर या.' चंद्राबाई म्हणाली.

आप्पासाहेबांच्या पाठोपाठ रावसाहेब पायऱ्या उतरले. दोघेही काळोखात दिसेनासे होईपर्यंत चंद्राबाई त्यांना पाहात होती. ते दिसेनासे होताच तिचे सारे अवसान संपले. दरवाज्याचा आधार घेत ती वळली. तिची नजर तैलचित्रावर खिळली. तशीच ती पुढे गेली आणि तैलचित्रासमोर उभी राहून ती पाहू लागली. बघता बघता तिचे डोळे भरून आले. तिला काही सुचेनासे झाले. तिने नोकराला हाक मारली. नोकर धावत

आला. कंदिलाकडे बोट दाखवीत ती म्हणाली,

'कंदील उचल.'

नोकराने कंदील उचलला. नोकरासह ती आपल्या झोपायच्या खोलीकडे वळली. खोलीत जाऊन गादीखाली सारलेल्या किल्ल्यांचा जुडगा तिने बाहेर काढला आणि तिने कोपऱ्यातील तिजोरी उघडली. वरच्याच कप्प्यात दोन पितळी डबे होते ते तिने बाहेर काढले. आणि तिजोरी बंद करूनच खोलीबाहेर पडली...

आप्पासाहेब वाड्याच्या कट्ट्यावर बसले होते. त्यांच्या नजरेला नजर देण्याचे धाडस रावसाहेबांच्या ठायी उरले नव्हते. आप्पासाहेब म्हणाले, 'सांगत होतो. ऐकलं असतंस तर हे धिंडवडे निघाले नसते. चांगली शोभा झाली!'

'दादा! साऱ्याच वेळा सारख्या नसतात. एक दिवस आमचाही उगवेल. तेव्हा सांगू जे काही सांगायचं ते.' रावसाहेब म्हणाले.

'ते सांगशील तेव्हा सांग. सध्या ह्यातून बाहेर...'

नोकर धावत आल्याने बोलणे तेथेच थांबले. तो येताच आप्पासाहेबांनी विचारले, 'काय रे?'

'चंद्राबाई आल्यात जी!'

'कुठे?' ताडकन् उठत आप्पासाहेबांनी विचारले.

'मागच्या दारानं आल्यात जी. मागच्या सोप्यात हैती.' नोकर म्हणाला.

'चल रावबा.' म्हणत आप्पासाहेब उठले. तरारा पावले टाकीत त्यांनी चौक ओलांडला. सोप्याजवळ येताच त्यांची पावले थबकली. सोप्यावर चंद्राबाई उभी होती. दोघांच्याही बायका तेथे हजर नव्हत्या. आप्पासाहेबांची मुले बाजूला उभी राहून चंद्राबाईकडे पाहात होती. आप्पासाहेब सोप्याच्या पायऱ्या चढून वर गेले. आणि चंद्राबाईला म्हणाले,

'काय बाई? आणखीन् काही बोलायचं शिल्लक राहिलं आहे काय?'

ज्या अर्थाने आप्पासाहेब बोलले तो अर्थ ध्यानी आला नाही असे दर्शवीत चंद्राबाई म्हणाल्या,

'हो! थोडं शिल्लक राहिलं होतं; हातासरशी तेही संपवून टाकावं असं वाटलं.'

'बरं झालं आलात ते.' रावसाहेब म्हणाले. 'पण हा आमचा वाडा आहे हे ध्यानी धरून बोलावं.'

'ते विसरून बोलणार नाही मी.' चंद्राबाई त्यांच्या डोळ्याला डोळा देत म्हणाली, 'आपण बसून बोललं तर चालेल?'

चंद्राबाईच्या धारिष्ट्याने दोघेही पुरे ढासळले होते. स्वत:ला सावरीत रावसाहेब म्हणाले, 'हो! बसा ना.'

तिघे खालच्या जमखान्यावर बसली. चंद्राबाईंनी हातातली पिशवी समोर

ठेवली. त्यातून बसके पितळेचे डबे काढीत ती म्हणाली, 'हे घ्या.'

'काय ते?'

चंद्राबाई आप्पासाहेबांना म्हणाली, 'तुम्ही म्हणता तेवढी काही रक्कम माझ्याजवळ नाही. पण हे येवढं आहेत. कोणत्याही सावकारापुढे तुम्ही हे ठेवलंत तरी तो तुम्हाला गरज असलेली रक्कम देईल, असं मला वाटतं. पण माझं सांगणं एवढंच आहे की हे विकू नका, गहाण ठेवा.'

निराश झालेल्या त्या दोघांना आश्चर्याचा धक्का बसला. रावसाहेबांनी ते डबे घेऊन त्यांची झाकणे उघडली. त्या दोन्ही डब्यांत शिगोशीग भरलेले दागिने होते! जरी ते दागिने बुरसटलेले होते तरी ते अस्सल आहेत हे त्या दोघांनी ओळखले. त्या दोघांनाही काय बोलावे हे कळत नव्हते. आप्पासाहेबांची मान तर लाजेने खाली वळली होती. नजर वर न करताच ते म्हणाले,

'उपकार आहेत आपले. पण हे दागिने मी आत्ताच घेत नाही. आपण आता हे परत घेऊन चला. उद्या मी कारभाऱ्याला घेऊन येईन. जे काही रीतसर व्यवहार व्हायचे असतील ते होऊ द्या. व्यवहार नीट झालेला बरा.'

ते शब्द ऐकताच चंद्राबाईच्या अंगाचा तिळपापड झाला. संताप अनावर होऊन ती कडाडली.

'नतद्रष्ट आहात तुम्ही–शरम नाही वाटत असं बोलायला? माझ्याशी व्यवहार करता? तुमच्यावर असा प्रसंग आला असता, तुमची आई जिवंत असती तर हेच बोलला असता? किती छळणार आहात मला?'

त्यावर कोणी काही बोलले नाही. किंचित शांत होऊन चंद्राबाई गहिवरून म्हणाली,

'रावसाहेब! कदाचित तु ला आठवत असेल, तू लहान असताना कैक वेळा तू तुझ्या वडिलांच्या बरोबर इथे येत होतास. कैक वेळा तू माझ्या कुशीत झोपला आहेस. पण जसजसा तू मोठा झालास तसतसे तुला पंख फुटले. तुम्हाला वाटतं की मी तुमच्या आईला छळलं. पण मी ह्या घरात कशी आले, कसे दिवस काढले हे तुम्हांला नाही समजायचं. मी ह्या घरात का आले हे सांगायचं झालं तर ती फार मोठी कथा आहे. मला वाटलं होतं की तुम्ही माझ्या घरी आला ते सारं विसरून आला असाल. पण नाही! तुम्ही नुसता व्यवहार करायला आला होता...' आणि अप्पासाहेबांच्याकडे वळून ती म्हणाली, 'आणि आप्पा, तुला मात्र नक्की आठवत असेल; तुझ्या लग्नात तुझ्या आईनं मला भर मांडवातून हाकलून लावलं होतं. त्याच रात्री डबे घेऊन तुझे वडील माझ्याकडे आले होते. हे डबे माझ्या हाती देत ते मला म्हणाले होते—

'हे दागिने तिच्या अंगावर चढवायचे नाहीत. तिची ती लायकी नाही. त्यापेक्षा

तू घातलेले बरे. घे तुला दागिने.' मी त्यांना खूप समजावून पाहिलं. पण त्यांनी ते ऐकलं नाही. तुमचा विश्वास बसो अगर न बसो, पण आजवर एकदाही हे दागिने मी अंगावर घातले नाहीत. माझ्या सुनांच्याही अंगावर चढवले नाहीत. मी तुमच्यावर उपकार करते असं समजू नका. हे तुमच्या घराण्याचे आहेत. आपले समजा.'

क्षणभर थांबून चंद्राबाईने त्या दोघांवरून नजर फिरवली आणि किंचित कठोर स्वरात ती म्हणाली,

'आणि जर व्यवहारच करायचा असेल तर एकच करा. जोवर हे दागिने परत घरी येणार नाहीत तोवर हवे ते हाल सोसा. अर्धपोटी राहा. भीक मागा; आणि जेव्हा दागिने घरी येतील तेव्हा ते आपल्या बायकांच्या, सुनांच्या अंगावर चढवा. रखेल्यांच्या अंगावर ते साज चढवू नका. एवढं केलंत तरी मला सारं पोहोचल्यासारखं आहे...जाते मी.' म्हणत चंद्राबाई उठली.

तिला 'बसा' म्हणायचे धाडस दोघांत उरले नव्हते. आप्पासाहेब पुरे अस्वस्थ झाले होते. काय करावे हे त्यांना समजले नव्हते. त्याच वेळी जवळ उभ्या असलेल्या यशवंताला जवळ बोलावून म्हणाले,

'अरे, आजीच्या पाया पड.'

यशवंत पाया पडण्यासाठी पुढे झाला. त्या मुलाला पाया न पडू देता गडबडीने त्या मुलाला जवळ घेत चंद्राबाई म्हणाली,

'राहू दे. जे घराण्यात रिवाज नाहीत ते ह्या मुलांना शिकवू नका. पैशासाठी तर मुळीच नको.'

आणि डोळ्यांत आलेले पाणी न पुसता ती गडबडीने जाण्यासाठी वळली.

भारल्यासारखे होऊन रावसाहेब आणि आप्पासाहेब तिच्या पाठमोऱ्या आकृतीकडे पाहात होते...

❖

भीमा पाटलाचा न्याय

पिंपळवाडीचे भीमा पाटील दहा खेड्यांत मशहूर होते. गावची चावडी असो नाही तर महारवाड्यातील तक्क्या असो. भीमा पाटलाची एखादी गोष्ट, आठवण रंगली नाही असा आठवडा पिंपळवाडीच्या पंचक्रोशीत उलटत नसे. आज भीमा पाटलाचे वय साठीच्या घरात गेले होते. पण अजूनही त्याची कर्तेपणाची चमक त्याच्या डोळ्यांत दिसे. उंचापुरा रुंदाड छातीचा तो म्हातारा आपल्या गालमिशयांवर पालथी मूठ फिरवत बोलू लागला की, गाव थरारून जाई. तरुणपणी कुस्तीच्या नादानं कमावलेलं अंग अजूनही धरून होतं. भीमा पाटलाच्या शब्दाला पिंपळवाडीतच नव्हे तर आजूबाजूच्या खेड्यांत फार मान होता. कुठलीही जत्रा असो, भीमा पाटलांनी कधी पैशाचा कसा कमरेला बाळगला नाही; तो त्यांचा शिरस्ताच नव्हता. एखादं जनावर नजरेत भरलं तर ते सरळ दावं सोडून घराची वाट धरतं आणि घरी गेल्यावर जी किंमत भीमा पाटील देतील ती घेऊन मालक खुश असे. एकदा बैल भीमा पाटलांनी असाच घरी आणला; पण नंतर तो गुणी आहे हे त्यांच्या लक्षात आले. बैलाचा मालक जेव्हा आला तेव्हा भीमा पाटलांनी बैल परत नेण्यास सांगितले. बैलाचा मालक नुसता म्हणाला,

'पाटील, बैल घेतानाच बघायचं होतासा तुम्ही! कुणीबी जत्रंत पाचशे रुपये मोजलं असतं. तुमचं नाव...'

'थांब,' म्हणत पाटील घरात गेले आणि बाहेर येऊन पाचशे रुपयांच्या नोटा बैलवाल्याच्या अंगावर फेकत ते म्हणाले, 'घे हे पैसे आणि बैल घेऊन गावची वाट धर.'

पिंपळवाडीत तर भीमा पाटलाचे एकमुखाचे राज्य होते. भीमा पाटलांनी सांगायचं आणि गावानं ऐकायचं. हा आज चाळीस वर्षांचा गावचा रिवाज होता. भीमा वयानं म्हातारा झाला होता तरी गावावरची हुकुमत तीच होती. भीमा पाटलाकडे एकदा न्याय सोपवायचा म्हटले तरी माणसाला दहादा विचार करावा लागे. कारण, एकदा भीमा पाटलांनी न्याय केला की, मग तो वज्रलेपच. त्याच्यावर अपील नव्हते. कुणी तसला फालतूपणा केलाच तर तो धुळीलाच मिळायचा. सारा गाव एका बाजूला आणि अपील करणारा एका बाजूला हे ठरलेलेच असे. पण कधी

कधी पाटलाचा न्याय पाटलालाच फिरवावा लागे. अशा वेळा फारच क्वचित येत.

पाटील कट्ट्यावर बसले होते. सकाळची दहाची वेळ होती. पाटील खुशीत दिसत होते. सनदी आदबीने समोर उभा होता. चंची उघडून ते पान जुळवत होते तोच समोरच्या चौकातून एक पिवळा फेटा बांधलेला तरुण पोरगा आत आला. आणि त्यानं पाटलांना वाकून नमस्कार केला. नमस्कार घेऊन पाटलांनी किलकिले डोळे करून त्याला न्याहाळला.

'कोण रे?'

'मी दौलती जी.'

'म्हंजे रामू म्हाराचा पोरगा काय?'

'व्हय जी.'

'अरे गुलामा! वळखलं नाहीच की तुला? आणि इतकी वर्स कुठं होतास?'

'म्हमईला.'

'दूरचा पल्ला मारलास नी? केवढा होता न्हाई ह्यो.' सनद्याकडे वळून पाटील म्हणाले.

'तर काय? गावातनं पळून गेला तवा शेंबडं पोर व्हतं.'

'पण आता बघ की? कसा राजासारखा आलाय त्यो. बापापरमानं दिसतुया. तरी तीनचार वर्स झाली न्हाई?'

'पाच सालं झाली जी.' दौलती म्हणाला.

'मग रग्गड कमाई केली असशील की.'

दौलती हसला आणि त्याने दरवाज्याकडे पाहून खूण केली. दरवाज्यातून एक तरुणी आत आली. ठसठशीत बांध्याची, उजळ रंगाची ती पोरगी आत आली आणि पाटलांच्या वाकून पाया पडली. पाटील तिच्याकडे व दौलतीकडे बघतच राहिले. दौलती म्हणाला,

'माझी बायको.'

'अरे चोरा, ही मिळकत करून आलास व्हय? कुठली ही?'

'म्हमईचीच. आमच्याच जातीची.'

'असुदे, असुदे. नाव काय पोरी?'

'मंजुळा जी?'

'व्हाऊ दे! गोड हाय पोरगी. आता न्हानार न्हवं.'

'त्यापायीच आलो होतो.'

'म्हंजे रे?' पाटलांनी कपाळाला आठ्या घातल्या.

'म्हारवाड्यातली ठेवून घ्यायला तयार नाहीत आम्हाला.'

'का रे?'

'त्यास्नी विचारून सोयरीक केली न्हायी म्हून.'

'आता केलीया त्याला काय करायचं? बघू काय म्हनत्यात ते.' एवढे बोलून ते सनद्याकडे वळले, 'जा रे बोलव साऱ्यास्नी; ऐकू काय म्हनत्यात ते!'

म्हारवाड्यातले सारे प्रमुख गोळा झाले. पाटलांनी विचारले,

'कायरे, काय म्हननं हाय तुमचं? ह्या पोरास्नी का नको म्हंतासा?'

सारे एकमेकांकडे बघू लागले. शेवटी म्हातारा लक्षू महार म्हणाला,

'हे पोरगं बाच्याच गुनाचं! बानं घरादाराची वाट लावली. हे पोर पळून गेलं. आलं ते संगं बाईला घेऊन. कोण घेणार ह्यास्नी जवळ?'

'पोरी, पुढं ये.'

मंजुळा पुढे आली. पाटलांनी परत तिला निरखली. तिच्या गळ्यातला पोत बघितला आणि विचारले,

'ह्यो तुझा नवराच नवं?'

'व्हय जी.'

'झालं तर! लक्ष्या, अरं ह्या पोरास्नी काय म्हणून दूर ढकलतासा?'

'ते काय न्हाई पाटील! लगीन करायचं व्हतं तर इथं काय पोरीना तोटा गेला व्हता?'

पाटील संतापले, 'त्यासाठी पोरावर राग व्हय तुमचा. नका देऊ जागा. दौलती, म्हारवाड्यातल्या माझ्या परड्यात घर बांध तू. माझ्या बेटीतले वासे देतो तुला. गावचं कुंभार खापरी देतील! आनी वर काय लागलं सवरलं तर सांग मला आणि उद्यापासनं तुम्ही दोघं इथं कामाला या. ही बैलाचं शेणमूत काढील. तू चावडीत ऱ्हा माझ्यासंगं; काय ग काढशील नवं?'

'व्हय जी.'

लक्ष्या महार हादरला. तो म्हनला, 'पाटील, आता तुमी सांगितलंसा तर आमी तुमच्या म्होरं न्हाई.'

'मघासी बोलताना कुठं अक्कल सुचली न्हाई ती?'

'चुकी झाली पाटील आमची,' म्हणत लक्ष्याने डोकं पायरीला टेकलं.

साऱ्यांनी माना डोलावल्या. पाटील मिशीवरच पालथी मूठ फिरवत म्हणाले, 'बरं तर. पण ठरलं ते ठरलं. दौलती घर बांध तू. तवर लक्ष्या, ह्यास्नी घरात जागा दे.'

'व्हय जी.'

'जा. दौलती, काळजी करू नगस आणि लक्ष्या, जर परत कानावर कागाळी आली तर—'

'न्हाई जी,' म्हणत सारे उठले आणि वाड्याबाहेर पडले.

दौलती पिंपळवाडीत राहिला आणि दोन महिन्यांत दौलतीचे घर झाले. सारा म्हारवाडा राबला. दौलती पाटलाची छाया बनला होता. भल्या सकाळी तो हजर व्हायचा. पाटील जातील तिथे तो पाटलाबरोबर असायचा. म्हारवाड्यातही. दौलतीवर लोकांचा लोभ जडू लागला. दौलती भजन छान म्हणायचा. त्याने पुढे होऊन तक्क्यावर दर शनिवारी भजन सुरू केले. मंजुळा सकाळसंध्याकाळ गोठा बघायची. गोठ्यात कधी शेणकाडी दिसायची नाही. पाटील कवातरी लक्ष्याला म्हणायचे,

'आणि तुमी ह्या पोरास्नी गावातनं उठवायला लागला व्हतास. सोन्यासारखी पोरं! देशोधडीला लावली असतीसा. तुमच्या हातात चार पोरकी पोरं सांभाळायला द्यावीत शान्यानं, चार दिवसांत त्यांच्या आईवडलास्नी भेटीवशीला बघा.'

लक्ष्या ते सारं खाली मान घालून ऐकायचा आणि म्हणायचा, 'पाटील, लई वंगाळ चूक व्हत व्हती बघा.'

एक दिवस पाटील नेहमीप्रमाणे सकाळी कट्ट्यावर बसले होते. दौलती अद्याप आला नव्हता. त्याच वेळी समोरच्या चौकातून चार-पाच इसमांकडे पाटलांचे लक्ष गेले. चौघांच्याही डोक्यावर पटके होते. पुढचा छिडछिडत अंगाचा, कोट घातलेला इसम पुढे येताच त्याने पाटलांना रामराम केला.

'रामराम.' पाटील म्हणाले, 'कोणत्या गावचं!'

'भैरूवाडीचा पाटील हाय मी.' तो इसम म्हणाला.

'या पाटील, बसा! दूरचा पल्ला मारलासा?'

'तुमच्याकडंच काम व्हतं.'

'माझ्याकडं?'

'व्हय. म्हंजे असं हाय त्याचं. आमच्या गावची एक पोरगी आलीया तुमच्या गावात.'

'ऑं?'

'व्हय, पाटील, पळून आलीया ती.'

'नाव काय.'

'मंजुळा म्हणत्यात तिला.'

'दौलती.'

'व्हय त्यानंच पळवून आनलीया तिला.'

'पन म्या दोरलं बघीतलंय नवं तिच्या गळ्यात?'

'व्हय, पन ते दौलतीच्या नावाचं नवं, ह्याच्या.' भैरूवाडीच्या पाटलाने पाठीमागच्या इसमाकडे बोट केले. भीमा पाटलांनी त्याच्याकडे पाहताच त्याने जोहार केला आणि म्हणाला,

'व्हय, माझी बायकू हाय ती.'

पाटील साऱ्या प्रकाराने गोंधळले. ते कसेबसे म्हणाले,
'पण दौलती मुंबईला व्हता.'
'गेली तीन वर्सं तो भैरूवाडीलाच व्हता.'
'पुरावा काय?'
'समक्षच बोलावून विचारा.'

माणसे सुटली. बघता बघता सारा म्हारवाडा पाटलांच्या चौकात गोळा झाला. दौलती, मंजुळा हजर झाले. भीमा पाटलांनी भैरूवाडीच्या पाटलाकडे बोट दाखवत दौलतीला विचारले,
'दौलती, काय म्हणत्यात हे?'
दौलतीला घाम फुटला. सारे अवसान आणून तो म्हणाला,
'काय सांगतुया ह्यो पाटील? खोटं हाय सारं. मंजुळा माझी बायकू हाय.'

वीज चमकावी तसे पाटील उठले आणि जवळ उभा असलेल्या तराळाची काठी त्याच्या लक्षात यायच्या आत ओढून घेऊन दौलतीच्या पिंजऱ्यावर त्यांनी सपासप ओढली. त्या माराने दौलती ओरडला आणि त्याने जमिनीवर लोळण घेतली.

'खोटं बोलतोस? देवरसी हाइस कायरे तू? मग ह्यांची तुझी ओळख कुठली? हां बोल की.' म्हणत पाटलांनी परत काठी उचलली. वर उगारलेली काठी बघताच माराच्या भीतीने दौलती बोंबलला. त्याच वेळी मंजुळा रडत पुढे धावली. तिने पाटलांची काठी पकडली. पाटलांचे पाय धरून ती म्हणाली,
'त्यास्नी मारू नका. मी सांगतू? हे म्हनत्यात ते सारं खरं हाय.'

भीमा पाटील, सुन्न होऊन पायरीवर बसले. काय बोलावे हे सुचत नव्हते. मंजुळाचा नवरा हा सारा प्रकार बघत होता. तो पुढे झाला आणि म्हणाला,
'पाटील माझी हरकत नाही. ही नांदायची न्हाई माझ्या घरी. ह्याऊ दे गावात. मला सोडत घ्यायला लावा. आमी जातू आमच्या गावाला.'

'लाज नाही वाटत असं बोलायला?' पाटील उसळले. 'बायको ताब्यात ठेवायची कुवत न्हाई तर लगीन कशाला केलंस? सोडून दुसरी बायको केलीस तर ती तरी नांदल कशावरनं? घेऊन जा तिला आनी जर का परत ती उनाड पोर ह्या गावात आली तर हाडं मोडीन तुझी. पाटील, जावा तुमी घेऊन. जर तयार नसली तर सांगा मला. कुंभाराचं गाढव देतो. काढा वरात गावापतर तिची. काय मंजुळा, नांदणार का न्हाई?'

मंजुळाचे रडून डोळे सुजले होते. पाटील बोलल्याप्रमाणे करतो हे तिला माहीत होते. ती स्फुंदत म्हणाली, 'व्हय जी.'
'जावा तर.'

मंजुळाला घेऊन भैरुवाडीची माणसे बाहेर पडली.

सारा म्हारवाडा चुकचुकला. समोरच्या दौलतीकडे बघत पाटील परत गरजले,

'दौलती, उद्या सांजच्या आत गावात दिसला तर हाडं मोडीन तुझी. तुझ्यासारखी गावबुडवी पोरं मेलेली बरी.'

'पाटील?' पाटलांनी बघितले, लक्ष्या महार काकुळती आला होता, 'पाटील, चुकी झाली पोराची; गावाबाहीर नका घालवू. परत त्याची कागाळी न्हाई यायची. पोरा, पाय धर. तेच तारणार, तेच मारणार.'

दौलतीने पाय धरले. पाटील उठत म्हणाले, 'ते काही नाही, ठरलं ते ठरलं. मला फसवलं त्यांनं.'

'असं नगा म्हनू,' लक्ष्या कळवळून म्हणाला, 'तसं गुणानं पोर; वाईट न्हाई, तुमास्नी ठावं हाय. महारवाड्याला लई जीव लावलाय ह्यानं.'

क्षणभर पाटलांनी विचार केला. आपली मूठ मिशांवरून फिरवली आणि त्यांनी न्याय दिला—

'मग ऱ्हाऊ दे गावात, पण अट हाय.'

'सांगा पाटील, ऐकतो आमी.'

'उद्या सांजच्या आत ह्याचं लगीन करा. तसा उनाड पोर न्हाई गावात ठेवायचा. हाय कबूल?'

'हाय पाटील.'

'मग जावा तर.'

दौलतीने पाटलाचे पाय धरले. ते पाय सोडवून घेत पाटील म्हणाले,

'हरामखोर लेकाच्या, पुना असं करू नगस. तुझ्या लगनाला काय लागलं तर वाड्यातलं घेऊन जा.'

आणि ओठाला आलेलं हसू बाहेर न दाखविता, पाटील तशीच पावले टाकीत वाड्यात गेले.

वारी

❋

म्हातारा तुकाराम काठी टेकत टेकत चावडीपाशी आला. सकाळीच त्याला गावचा जिवनू संत भेटला होता. त्यानं सांगितलं होतं की, चावडीत साऱ्यांनी जमायचं ठरवलं आहे. ऊनाचं चालल्यामुळं म्हाताऱ्याला दम लागला होता. चावडीत सारे गोळा झाले होते. जिवनू संत होता, विठोबा देसाई होता, म्हातारा कृष्णा होता, सात आठजण तिथे गोळा झाले होते. तुकारामाला पाहताच विठोबा म्हणाला,

'तुकादा, आलास, ये. आम्ही म्हणत होतो येतुयास का न्हाई?'

तुकाराम कट्ट्यावर बसत म्हणाला, 'असं कसं? येकदा बोललं की मानसानं करावं.'

विठोबा म्हणाला, 'हे बघ म्हाताऱ्या, आता आमी साऱ्यानी ठरवलंया, उद्या सांजचं वारीला निघायचं. दिवस मावळायच्या आत आपून टेशनावर पोचू. राती आठाला गाडी येतीया. तेनं जायाचं.'

'हे बेस.' तुकादा म्हणाला, 'ऊन खाली करून गेलं म्हंजे चालायचा तरास न्हाई बघ.'

म्हातारा कृष्णा म्हणाला, 'तुक्या, आपून एका वारगीचे. अरं, आपून रांगत गेलो तरी दोन मैल तासाभरात जाऊ. पन तुझं पक्कं केलंस न्हवं?'

'व्हय, आता बदल न्हाई.'

'पण रामूला इचारलं का?' विठोबा म्हणाला.

'त्याला काय इचारायचं?' तुकादा म्हणाला. 'देवाला जायला कोन नको म्हणतया व्हय. आता पोराचा परपंच थाटून दिला. त्याला पोरंबाळं झाली. आता देवधरम हेच काम आमचं.'

'व्हय, पन दर वारीला रड काडतुयास तू.' जिवनू संत म्हणाला. 'तुकादा, हे शेवटचं दिस. आता तरी वारी चुकू नगंस. अरं, एकदा तरी जन्माला येऊन पंढरपूरचा विठोबा बघ.'

'माझी काय विच्छा न्हाई व्हय? साठ वर्सं गेली विट्टलाचं नाव ऐकतूंया. मला बी लई तळमळ हाय बघ.'

'मग आता कुसपाट काढू नगंस.' कृष्णा म्हणाला, 'अरं, माइ्या पन्नास वाच्या

झाल्या असतील; पण आजून डोळं निवलं न्हाईत बघ. एकदा का ईट्टलालं बघीतलंस की सुदबुदच च्हात न्हाई बघ.'

'मग ठरलं तर!' विठोबाने विचारले.

'धादा काय इचारतासा? उद्या निघायचं.' तुकाराम म्हणाला.

कसं जायचं, काय करायचं, परत केव्हा यायचं हे सारं मंडळींनी ठरवलं आणि सारे उठले. तुकाराम घरी आला. दारातच तुकादाचा चार वर्षांचा नातू विठोबा पायरीवर बसला होता. आजोबाला पाहाताच त्यानं 'आजा' म्हणत टाळ्या पिटल्या. म्हाताऱ्याने त्याला जवळ घेतलं आणि विचारलं,

'विठ्या, आई आली का शेतावरनं?'

'व्हय, कवाच.'

'आनी तुझा बा?'

'आला की!'

'कुठं हाय?'

'बाजारात गेलाय्.'

'कशाला रं.'

'मला खाऊ आनायला.'

'अरे चोरा!' म्हणत म्हाताऱ्याने विठोबाला हाताशी धरला आणि तो आत गेला. तुकादाची सून गंगू भाकऱ्या थापत होती. एका कडेला तो बसला. तुकादाने आपली चिलीम काढली. गंगूने चुलीतला इंगळ खापरीवर घेऊन ती खापरी तुकादाच्या समोर ठेवली. तुकादा चिलीम ओढता ओढता विचार करीत होता.

रात्र पडली आणि रामू आला. गंगूने दोघांच्या थाळ्या वाढल्या. तुकादा, रामू जेवायला बसले. विठोबा आजोबाच्या पानातच जेवायला बसला. रामू म्हणाला,

'म्हाताऱ्या, बैल आता घेऊसच पायजे.'

'आनी हाय ती जोडी?' म्हाताऱ्याने विचारले.

'काय कामाची न्हाईत. पार थकल्याती. ही भालगडून दुसरी घ्यायला पायजे बघ.'

'मग घ्या की. आता परपंच तुमचा हाय.'

परत थोडा वेळ तसाच गेला. म्हातारा खाकरला आणि म्हणाला,

'मीबी उद्या जानार.'

'कुठं?'

'असं इचारूने पोरा! आता आषाढी आली. गावची मंडळी जात्यात, त्यांच्यासंगं जावं म्हंतो.'

'पन आत्ताच काय नडलंया?' रामूने विचारलं, 'अशा चिखलराडीचं कशाला

जातुयास? पुढं कार्तिकीला जा म्हनं.'

'नको, पोरा मोडता घालू नगंस.' तुकादा कळवळून म्हणाला, 'कुनी सांगावं म्होरची कार्तिकी दिसतीया का न्हाई ते. एकदा डोळ्यांनं इट्टलाला बघतो म्हंजे डोळं मिटायला मोकळीक झाली बघ.'

'व्हय, पन तुला एकटा कसं पाठवायचं? लई गर्दी असतीया म्हनं! चेंगरून मानसं मरत्यात म्हनं!'

'एकटा का? गावची सातआठजन हाईत. ती बघत्याल मला. तू नुस्तं जा म्हन. आनी पोरा, मरायचंच झालं तर इथं मरन्यापरीस पंढरपुरात डोळं मिटलं तर वाईट झालं?'

'म्हाताऱ्या, पन पंढरपूरला जायचं म्हंजे पाचपंचवीस रुपये पायजेत कनवटीला, ते कुठनं आननार?'

'तू दे! अरं, आजवर लई कष्ट केलं. तुमास्नी लहानाचं मोठं केलं. परपंच थाटून दिला. रीगाला लागलासा तुमी! आता तुमीच बघायचं आमाला.'

'म्हणूनच म्हंतो कार्तिकीला जा. तवर सुगीबी हुईल. मग मी बी इन.'

'लई वर्सं हेच चाललंया तुझं. आता मी ऐकसारखा न्हाई. तू कायबी कर आनी मला पैसं दे.'

'पैसं न्हाईत माझ्याजवळ.'

'मग मी कसा जानार?'

'ते कायबी कर. मला सांगू नगस.' म्हणत रामू उठला. त्यांनं हात धुतला. म्हातारा बराच वेळ तसाच बसून राहिला. नंतर त्याच्या लक्षात आलं की विठ्या जेवता जेवताच त्याच्या मांडीवर झोपला होता. म्हाताऱ्याने सुनेला हाक मारली. तिने येऊन मुलाला उचललं आणि म्हातारा उठला. सारं घरदार झोपलं तरी तुकादाला झोप आली नाही. बरीच रात्र होईपर्यंत तो जागत होता; विचार करत होता.

सकाळी तुकादा अगदी पहाटे जागा झाला. दिवस उजाडायची तो वाट बघत हंतरुणावर पडून राहिला. दिवस उजाडल्यावर तो उठला. सुनेनं दिलेलं चहाचं पाणी पिऊन तो घराबाहेर पडला. जिवबा काकतकरच्या घराची तो वाट चालू लागला. जिवबा आणि तुका हे जवळ जवळ एकाच वयाचे. अगदी बाळपणापासूनची त्यांची मैत्री. जिवबाच्या घरचीही परिस्थिती चांगली होती. त्याची मोठी शेती होती. दोन मुलं होती. घरात चार जोड्या त्यांनं पाळल्या होत्या. जिवबाकडनं रुपये उसने घ्यायचे ठरवून तुकादा चालत होता.

जिवबाला दमा होता. सकाळचं कोवळ्या उनाला तो खोकत आपल्या कट्ट्यावर बसला होता. तुकाराम कट्ट्यावर बसल्यावर जिवबाने विचारले,

'काय तुक्या, सकाळीच आलास?'

'आज पंढरपूरला जावं म्हंतो जिवबा.'

'जा! पुण्य घे पदरात बांधून, म्याबी आलू असतो, पण ह्या दम्यानं जीव धरलाय बघ.'

'मग जाऊ म्हंतोस?'

'आत्ता जानार न्हाईस तर काय मेल्यावर जानार? म्या दोन का होईला पन वाऱ्या केल्या. हातापायानं धड हाईस तवरच वारी करशील.'

'मग ते तुझ्याच हातात हाय बघ.'

'म्हंजे?'

'आता न्हाई म्हनू नगस. एक पंधरा रुपयं दे. मी दामदुपटीनं परत करीन तुझं.'

'व्हय पन...'

'आता पनबिन नगो काढूस. कायबी कर. लई विच्छा हाय बघ. मी शेतात मजुरी करीन, भीक मागन, पन पैसं बुडवणार न्हाई. देवाच्यान.'

जिवबानं आत बघितलं. कोणीसुद्धा आत नव्हते. तो सुस्कारा सोडून म्हणाला, 'तुका जे तुझं तेच माझं. माझ्या हातात काय सुदीक न्हाई बघ. रामू काय म्हंतो?'

'पैसं न्हाईत म्हंतोय म्हनून तर आलो.'

'खुळा न्हाईस तू! अरं ह्या दम्याचं नाव सांगून आता तंबाकूलाबी महाग करून ठेवलाय मला. ही अंगावरची कापडं बघ. धा जागेला ठिगळं लावल्याती. कुनाला सांगायचं बाबा! मला वाटलं हुतं, तुझं तरी बरं असंल म्हनून. कधी न्हाई ते माझ्यापुढं देवासाठी हात पसरलास, आनी म्या...'

जिवबाला पुढे बोलवेना. तो टिपं गाळू लागला. तुकारामाला आपण कुठे पैसे मागितले असे झाले. तो म्हणाला, 'गप जिवबादा, मनाला लावून घेऊ नगस, इट्टलाच्या मनात असंल तर तो म्होरं नेईल.'

थोडा वेळ बसून म्हातारा घरी आला. त्याला काही सुचत नव्हते. जेवताना सुनेने वाढलेले चार घासही त्याच्या पोटात उतरले नाहीत, की विठोबाच्या लाडीक बोलानं त्याचं मन गुंतलं न्हाई. जसजशी संध्याकाळ जवळ येत होती, तसतसा तो अधिक अस्वस्थ होत होता. शेवटी तो उठला आणि घराबाहेर पडला.

चावडीत सारे गोळा झाले होते. कट्ट्यावर सामानाच्या पिशव्या, वळकट्या दिसत होत्या. तुकारामाला येताना पाहताच विठोबा म्हणाला,

'आलास तुकादा! बरं झालं. आमी तुझीच वाट पाहात होतो. आनी तुझं सामान कुठं हाय?'

तुकादाने मान खाली घातली आणि तो म्हणाला, 'गड्यानू, तुमी जावा.'

'तू येनार न्हाईस?' कृष्णा म्हाताऱ्याने विचारले.

'न्हाई गा. घरात एकटाच बघनार. घातीची कामं शिवारात, कसा येऊ?'

'तर! त्या राम्यानंच नको म्हटलं असंल.' जिवनू संत म्हणाला.

'न्हाई त्यो जा म्हनला, पण म्याच इचार केला' – तुकादा म्हणाला.

'लईच गुरफटला संसारात. मला माहीतच व्हतं हे.' जिवनू म्हणाला.

जिवनूचा हात धरत तुकाराम म्हणाला, 'जिवनू, रागावू नगंस. पुढच्या वारीला नक्की येतो बघ. आनी एक काम कर.' म्हणत तुकारामाने खिशात हात घातला आणि चार आण्याचं नाणं जिवनू संताच्या हातात ठेवत म्हणाला, 'हे विट्ठलाम्होरं ठेव आनी माझा दंडवत घाल. त्याला सांग, रागावू नगस म्हणावं.'

जिवनूने ते पैसे खिशात घातले. सायांनी आपापले सामान पाठीवर घेतले. गावकरी मंडळींचा निरोप घेऊन विठ्ठलगजरात ती मंडळी चालू लागली. तुकाराम तिथंच कट्ट्यावर बसून राहिला. सारे पांगले तरी तो उठला नाही. चावडीच्या खांबाला टेकून तो बसला होता. त्याच्या डोळ्यांतून अश्रू वाहत होते. जेव्हा तो भानावर आला तेव्हा दिवस मावळत आला होता. तुकारामाने आपली काठी उचलली आणि घरचा रस्ता धरला.

घर जवळ आलं, पण घरात शिरायला त्याचं मन होत नव्हतं. पायरीवर तो तसाच बसून राहिला. परत त्याच्या डोळ्यांतून अश्रू वाहू लागले. त्याच वेळी मागून हाक आली.

'आज्या.'

त्याने मागं वळून पाहिलं तो त्याचा नातू विठोबा कमरेवर हात ठेवून पायरीवर उभा होता. आजोबाकडे तो बघत होता. तुकारामाच्या डोळ्यांतलं पाणी बघताच तो बावरला आणि म्हणाला,

'आज्या ललतोस तू?'

क्षणभर तुकारामाने विठोबाकडे पाहिलं आणि दुसऱ्याच क्षणी त्याने विठोबाला कवटाळले आणि म्हणाला, 'नाही विठोबा, न्हाई, तू असताना कशाला रडू मी? तूच माझा विठोबा, तूच माजी पंढरी.'

तुकाराम राहून राहून विठोबाला मिठ्या मारत होता. त्याच्या पायावर डोकं ठेवत होता, रडत होता आणि कावराबावरा झालेला विठोबा आजोबाकडे बघत होता. त्याच्या मिठीत गुदमरत होता.

✤

मी आमदारकी का सोडली?

❧

माझं नाव आज साऱ्या महाराष्ट्रातील वर्तमानपत्रांतून झळकत आहे. 'संयुक्त महाराष्ट्राच्या सीमाप्रश्नावर पहिला व्यक्तिगत राजीनामा देणारा आमदार', असं माझं वर्णन केलं जात आहे. निरनिराळ्या ठिकाणी सभा भरत आहेत. माझा सत्कार होत आहे. अद्याप स्तुतीचा वर्षाव होतो आहे. माझ्या पक्षाचा माझ्या ह्या निर्णयाला विरोध असूनही, तेही भावी निवडणुकीवर नजर ठेवून ह्या कौतुकात सामील झाले आहेत. पण हे सारं होत असता माझं मन मला खात आहे. पण ते सांगायला मला धीर होत नाही.

पाच वर्षांपूर्वी मी आमच्या भादरवाडीला अगदी सुखात होतो. घरची भरपूर शेती होती. उसाचे मळे होते. बायको, मुलं, भाऊ, वडील इत्यादींच्या एकत्र कुटुंबाचा गाडा चालविताना दिवस उजाडला केव्हा आणि मावळला केव्हा हेही समजत नव्हतं. गाव छोटसं. आयुष्याची सुरुवात मुलकी पास झाल्यानंतर काही दिवस शाळ्यामास्तरकी करण्यात घालविली. पुढे भाऊ म्हणाले, 'मारुती, घरची शेती बक्कळ हाय. धा माणसांचं हातं पुरं व्हायचं नाहीत. तुझा हात घाल ह्यात. उगीच घरचं खाऊन लष्करच्या भाकरी भाजू नगंस!'

मला ते पटलं आणि नोकरी सोडून मी शेतीत गुंतलो. उन्हाळ्यात तापणाऱ्या शिवारात सुगीचं पीक बघत, जमिनीचे कष्ट करायचे आणि सुगीला ते स्वप्न प्रत्यक्षात बघून मन भारावून जायचं. गुऱ्हाळ लागलं तर महिनाभर फड तुटायचा नाही. मग गावची रीघ उसागुळाला लागायची. मालाच्या गाड्या पेठेला सुटायच्या. केवढं सुख होतं ते!

एक दिवस आमच्या गावची वाकडी वाट करून दोन जीप गाड्या धुरळा उडवीत आल्या. सारं गाव गाड्यांभोवती गोळा झालं. मी मळ्यात होतो. तिथे जेव्हा मंडळी आली तेव्हा दोन प्रहरची भाकरी सोडून मी नुकताच बसलो होतो. ज्या शिक्षणसंस्थेच्या शाळेत मी काम करत होतो तिचे चालक त्यात होते. आमच्या भागातली प्रसिद्ध व्यक्ती भाऊसाहेब उंडेकर हेही त्यात होते. आणखीन पाच-सात मंडळी त्यात होती. गुरुजींना पाहताच मी भाकरी टाकून उभा राहिलो. माझ्या पाठीवर मारीत गुरुजी म्हणाले,

'काय भाऊसाहेब, आहे की नाही हाडांचा शेतकरी!'

भाऊसाहेब मोठ्यानं हसत म्हणाले,

'उगीच नाही आम्ही हे नाव हुडकलं? असाच पाहिजे आम्हाला आमदार. कष्टाचा शेतकरी, छातीचा निधडा, वृत्तीचा बेडर...'

भाऊसाहेबांनी इतर सज्जनांची ओळख करून दिली होती. त्यात अ. भा. गी. आ. श्र. म. चे अध्यक्ष होते. सं. म. स. चे तालुका कार्यवाह होते; आणखीन् बरेच कोणीसे होते. अनपेक्षित येवढी मोठी मंडळी शेतात आलेली पाहताच मी बावरलो. प्रथम घरी माणूस पळवला. चार कोंबड्या कापायला लावल्या. गुरुजी म्हणाले,

'मारुतराव, आता तुम्ही आमदार होणार!'

'मी! आमदार?' मी किंचाळलो.

'हो! आम्ही तुम्हाला सं. महाराष्ट्र समितीमार्फत आमच्या भागातून उभे करणार. मोठ्या कष्टानं आम्ही तुमच्या नावाला अधिकृत उमेदवार म्हणून मान्यता मिळवली आहे.'

'नको, गुरुजी, मला ते जमायचं नाही.' मी भिऊन म्हणालो.

'का? तुम्हाला शिवछत्रपतींचा आदर नाही?' गुरुजींनी प्रश्न केला. मी हात जोडीत म्हणालो,

'तसं कोण म्हणेल? महाराज आमचे देव.'

'भवानीमातेला तुम्ही मानीत नाही?'—गुरुजी.

मी गालावर थप्पड मारून घेतली!

'मग त्या छत्रपतींच्या हाकेला, भवानीमातेच्या आशीर्वादाला तुम्ही ठोकरणार?' गुरुजींनी रोकडा प्रश्न केला.

'छे!'

'मग झालं तर! ठरलं मग.' गुरुजी म्हणाले.

मी हताश झालो होतो. काही सुचत नव्हतं. घरी आलो. सारे भाऊ त्या बातमीनं हरकले होते. आलेल्या पाहुण्यांची ऊठबस करण्यात साऱ्यांची धावपळ उडाली होती. मी म्हणालो,

'पण मला राजकारणातलं काय समजणार?'

'पाण्यात पडल्याखेरीज पोहता येईल?'

मी युक्तिवाद केला,

'पण मला इंग्रजी कुठं येतंय?'

'शिवाजीमहाराजांना येत होतं?' गुरुजींनी विचारलं.

जेवण झालं. अ. भा. गी. आ. श्र. म. चा मी सभासद होणं आवश्यक होतं. 'अभागी आश्रम' म्हणजे 'अखिल भारतीय आम श्रमकरी मंडळी' हे नंतर मला

समजलं. आमच्या भागात त्या पार्टीचं चांगलं वजन होतं म्हणे. चार कपडे घेऊन मी त्यांच्याबरोबर गाडीत बसलो.

नवीन हुरूप गावात संचारला होता. निवडणुकीचे दिवस नजीक येतील तसं जत्रेचं स्वरूप येत होतं. एके दिवशी पेठेवरून बोलावणं आलं. मी गेलो. भाऊसाहेब मंडळाच्या ऑफिसमध्ये बसले होते. ते म्हणाले,

'या मारुतराव.'

मी गेलो व म्हणालो, 'काय काम काढलंत भाऊसाहेब?'

'काम? भले! अहो, आता कँपेनचा विचार केला पहिजे. मतदारांच्या याद्या घेतल्या पाहिजेत. दौरे आखले पाहिजेत.'

'मग आखा ना! आपल्याबाहेर मी नाही.'

'नाही. पण ह्याला पैसा लागतो.'

'पैसा?'

'हो पैसा!' भाऊसाहेब म्हणाले.

'किती?'

'किमान पाच हजार तरी सहज.'

'मी करतो व्यवस्था.'

अडत्याकडे मी गेलो. त्याला सांगितलं. तो म्हणाला,

'मारुतराव, तुम्हांला का नाही म्हणू? उद्या घेऊन चला पैसे. आनखीन लागले तरी काळजी करू नका.'

निवडणुकीची पालखी उचलली गेली. प्रतिस्पर्ध्यांवर तोंडसुख, उखाळ्यापाखाळ्या सुरू झाल्या. पैशाच्या उधळणीला सीमा नव्हती. येईल तो देव समजून हात जोडत होतो. सभेत अपमान झाला तरी तोंड वासून हसत होतो. पाण्यात पडायला निघालेल्या बेभान नालसाबाप्रमाणे मी सुटलो होतो. कैफ चढत होता. कार्यकर्ते वाढत होते. सभा महाराष्ट्राच्या आणि शिवाजीच्या नावानं गाजत होत्या. शेतकऱ्यांचा खरा प्रतिनिधी म्हणून माझं कौतुक होत होतं. अडाणी म्हणून नालस्ती होत होती. महाराष्ट्र-अभिमानी म्हणून थोरवी गायली जात होती. पण मला काहीच ऐकू येत नव्हतं. कळसूत्री बाहुल्याप्रमाणे मी हिंडत होतो. सांगतील त्या गावाला धावत होतो. पाच हजारांची केव्हाच चटणी उडाली होती. अडत्या पैसे देत होता. शेवटी निवडणूक झाली. काँग्रेस उमेदवाराचा भरघोस पराभव करून मी निवडून आलो. क्षणभर आभाळाला हात टेकले. सत्कार सुरू झाले. भरघोस आश्वासनं देत होतो. सांगत होतो—

'आमच्या भागात प्रत्येक गावात मोटार-रस्ते झाले पाहिजेत. शाळा झाल्या पाहिजेत. पिकांना स्वस्त खतं मिळाली पाहिजेत. ते सारं मिळविण्याचा मी प्रयत्न

करीन.' टाळ्यांच्या कडकडाटात मला भान राहात नव्हतं. आवेश चढत होता. तोंडाला येईल ते मी बोलत होतो.

गावी तर घरी जायची सोय नव्हती. घरी एका क्षणाची उसंत मिळत नव्हती. माझ्याबरोबर जत्रा फिरत होती. हॉटेलवाल्याची बिलं अद्यापि येत होती. ह्या साऱ्या प्रसंगाला मी धीरानं तोंड देत होतो. पण खरं संकट पुढं होतं. असेंब्लीचा दिवस जसा जवळ येत होता तसा मी अस्वस्थ होत होतो. मला पुष्कळ कामं करायची होती. खडोपाडी रस्ते न्यायचे होते. प्रत्येक गावाला शाळा करायची होती. लाचलुचपतीविरुद्ध सरकारशी झगडायचं होतं. स्वस्त दरात शेतकऱ्यांना खतं मिळवून घ्यायची होती. कामाचा डोंगर माझ्यापुढं होता. शेवटी तो दिवस उजाडला. मी मुंबईला गेलो. ज्या दिवशी मी भारताच्या घटनेशी एकनिष्ठ राहीन ही शपथ घेतली तो दिवस केवढा भाग्याचा वाटला! सभापतींच्या डाव्या बाजूला माझी जागा होती—शाळेत असते त्यापेक्षा चांगली. आरामशीर बाकं होती. हळूहळू मला सभेचं काम समजू लागलं. स्पीकर येताच उभं राहणं, सभागृहात एक आमदार बोलत असता सभापती व आमदार यामधून न जाणं, आपलं नाव घेतल्याखेरीज मधे बोलायचं नाही असे अनेक नियम अनुभवानं मला समजले. ह्या ज्ञानाबद्दल मला किंमतही द्यावी लागली. थोड्याच दिवसांत मला कळून चुकलं की जास्तीत जास्त बोलण्यापलीकडे आपल्याला इथे काम करता येत नाही. दररोज जाणं, सही करणं, फार तर प्रश्नोत्तराच्या वेळी हजर राहणं नाहीतर खोलीवर आरामपणे झोपा काढणं. ह्या झोपेची सवय येवढी लागली की एकदोन प्रसंगी कोरमअभावी डाव्या गटाची फजिती झाली! आणि डाव्या गटाच्या पक्ष-नेत्याकडून समज मिळाली. पुढेपुढे तेही अंगवळणी पडलं. काम नव्हे, समज!

बाकी राहायला उत्तम सोय होती. लक्षावधी रुपये खर्च करून बांधलेला आमदारनिवास आमच्या सेवेला होता. प्रत्येक कॉटला प्रथम साडेतीन रुपये भाडं होतं. (पुढं ते आम्ही बारा आण्यावर आणलं. त्यातच दोन कप चहा.) रोजचा भत्ता तेरा रुपये होता. त्याखेरीज मासिक १५० रुपये मानधन होतं. (ते नंतर आम्ही अडीचशे करवून घेतलं.) त्याखेरीज येण्याजाण्याचा फर्स्ट क्लासचा भत्ता निराळा. (पण मी नेहमीच थर्डनं प्रवास करी. बचत व पक्षधारणेशी सुसंगत अशी ही कारणं.) पण येवढं असूनही हे सुख मला फार दिवस लाभू शकलं नाही. गावाकडील भागातील मंडळी मुंबई पाहायला येऊ लागली. चार महिन्यांत कोणत्याही गाईडपेक्षा मुंबईची चांगली ओळख झाली. राणीचा बाग केव्हा उघडतो आणि केव्हा बंद होतो हे मला कळू लागलं. मुंबईत बारा आण्याची राइस प्लेट कुठे मिळते ह्याचा पत्ता मला लागेल. ह्याखेरीज पार्टीचा कोटा, तालुका कोटा, मध्यवर्ती कोटा आणि सं. म. प. कोटा ह्यामध्ये चाळीस ते पन्नास जात, ते निराळेच.

पहिली असेंब्लीची बैठक संपवून मी गावी आलो. मी एकटा काही करू शकत नाही, ह्यावर गावकऱ्यांचा विश्वास बसेना. एके दिवशी भाऊसाहेब आले. ते म्हणाले,

'मारुतराव, तुम्ही लोकांना काय सांगता?'

'खरं आहे ते! भाऊसाहेब, ह्या लोकांच्या भारीच चमत्कारिक कल्पना आहेत. त्यांना आमदार परमेश्वर वाटतो. तो सर्व काही करू शकतो, असंच त्यांना वाटतं.'

'मग काय खोटं आहे? कुळ-कायदा आम्हीच केला ना?'

'आम्ही?'

'हो आम्ही! आम्हाला भिऊन सत्तारूढ पक्षानं हे केलं. जे जे सरकार करील ते ते आम्ही केलं असं बेलाशक सांगायचं, समजलं?'

मी मान हलवली. मी काय केलं ते सांगू लागलो, लोकांचं समाधान झालं; माझं झालं.

एक दिवस झोपलो असताना भादरवाडीचा गणू शिंदे आला. थोडा वेळ इकडच्यातिकडच्या गप्पा झाल्यानंतर गणू म्हणाला,

'मारुतराव, तुमी मोटं झालासा, आनी गरीबास्नी इसरलासा.'

'ते कसं?' मी विचारलं.

'ते जाऊ देत. पन माझं एक काम करूंस पायजेल तुमी.'

'सांग की. अरे, तुझं काम करायचं नाही तर करायचं कुणाचं?'

'आनि कुटं घालू? त्यापायीच आलोय मी. आमच्या बाची जमीन हाय की न्हाई? तिच्या सात बाराला नाव लागूस पायजेत माजं.'

'अरे पण औरस पुत्रांचीच नावं लागणार. तुझं कसं लागणार?'

'माजा बा कोन ते साऱ्या गावालाच ठाव हाय. ते होऊसच पायजेत.'

'अरे पण तुझी आई पाटलाची रखेली...'

'मारुतराव, बेतानं बोला! कुनाला रखेली म्हंता? लगीन झालं नसलं तरी सावित्री व्हती ती.'

मी हताश झालो. गणू बोलूनचालून हुंब माणूस. माझ्या निवडणुकीच्या वेळी त्यानं काँग्रेसच्या सभा उधळल्या. फड पेटवण्यात त्याचा हात धरणारा दुसरा इसम नव्हता. त्याला कसाबसा वाटेला लावला. तलाठ्यापासून कचेरीपर्यंत खेपा घातल्या. गणूच्या आईचा पाटलांबरोबर पाट लागला होता हे सिद्ध केलं आणि गणूचं काम झालं.

अशी एक ना हजार लफडी निघत होती. सोडचिठ्ठीपासून कर्जफेडीपर्यंत सारी कामं आमदारांचीच! ती हक्कानं करून घेतली जात होती. घरची परिस्थिती बिघडत होती. भाऊ बोलेनासे झाले होते. माझ्या घरात मी चोरासारखा वावरत होतो.

आलेल्या पाहुण्याला घरचे सांजा-पोहे आता बंद झाले होते. त्या जागी चुरमुऱ्याचं पोतं आणि रद्दीचा गठ्ठा आणून ठेवला होता! येईल त्याला भडंग आणि चहा सौभाग्यवती करून देत होती.

घरच्यापेक्षा मुंबई मला कितीतरी बरी वाटली. तिथं येवढी दगदग नसे. हळूहळू मुंबईचीही वाट लोकांना रुळली. असेंब्लीहून खोलीवर यावं तर तिथे आरामात गावकरी झोपलेले असत! एके दिवशी माझ्या पार्टीचे कार्यवाह तणतणत माझ्याकडे आले. त्यांनी विचारलं,

'आमदार! तुमच्या भादरवाडीपासून अवघ्या चार मैलांवर भैरुवाडीला नवीन हायस्कूल निघतंय ते माहीत आहे तुम्हाला?'

'हो. त्याची मुहूर्ताची पत्रिका मला देण्यात आली होती.'

'मग जाणार आहात काय?'

'जाऊ की! त्यात काय? शिक्षणासारखं पवित्र कार्य कुठंही करावं. त्यात आनंदच आहे.'

'चूप बसा! ज्यात काही समजत नाही त्यात काही बोलू नये.' कार्यवाह कडकले. मी घाबरलो.

'काय हो, काय झालं?'

'तुमच्या भागात आमच्या शाळा आहेत ना?'

'हो ! आहेत.'

'भैरुवाडीच्या गावचे लोक आपल्या पक्षाचे आहेत ना?'

'नाहीत. पण ते राजकारणातही नसतात.

'—तर तर! स्वप्न पडलं होतं तुम्हाला! इलेक्शनमधे तुम्ही निवडून आलात ते कशाच्या जोरावर, हे विसरलात?'

मी टाळा वासून ऐकत होतो. कार्यवाह सांगत होते,

'अहो, ह्या शाळांचा केवढा हातभार आहे त्यात! सारे शिक्षक तुमच्यासाठी रात्रंदिवस राबत होते. उगीच नाही निवडून आलात तुम्ही? ही भैरुवाडीची शाळा झाली तर त्याचा परिणाम पक्षाच्या कार्यावर होईल. हे विषारी रोपटं फोफावायच्या आतच ही शाळा बंद झाली पाहिजे! तिला मंजुरी मिळता कामा नये.'

'पण मी काय करू?'

'रडा! तुमची दोन वर्षांतील कामं आम्हांला माहीत आहेत. त्यांचा उच्चार माझ्या तोंडून करवून घेऊ नका. पक्षाचं तुम्ही एकही काम केलं नाही. हेच ते काम समजा. तुमच्या कारकीर्दीत एवढं तरी करा. बस्स! समजलं?'

मी मान डोलावली. कार्यवाह तावानं निघून गेले, आणि माझी झोप उडाली. त्या शाळेनं माझं डोकं खाल्लं. शाळेविरुद्ध खोटे अर्ज करायला लावले. वशिले

बांधले. एक ना दोन नाना तऱ्हा केल्या आणि शाळेबद्दलचं सरकारचं वाईट मत करून दिलं. शाळा नामंजूर झाली. त्यात सहा महिने कसे गेले तेही समजलं नाही.

आता नवखा माणूस दिसला तरी भीतीनं माझा जीव घाबरा होऊन जाई. ह्या लफड्यांची संख्या एवढी वाढली होती, की असेंब्लीमधे कोणतं काम चाललं आहे इकडेही मला लक्ष देता येईना.

सर्वत्र संयुक्त महाराष्ट्रासाठी सत्याग्रह चालू होते. आदेश येताच मला आनंद झाला. मीही सत्याग्रह केला. पण अपेक्षेप्रमाणं सहा महिन्यांची शिक्षा होण्याऐवजी मला फक्त एक दिवसाची शिक्षा झाली!

असेंब्लीमधे असताना पहिला प्रश्नोत्तराचा तास संपवून मी बाहेर आलो. त्याच वेळी एक गृहस्थ माझ्याकडे आले.

'मारुतराव, चला लौकर, भाऊसाहेब उंडगेकर आलेत.'

'कुठं आहेत?'

'खोलीवर.'

'माझ्या?'

'हो!'

मी बाहेर पडलो. खोलीत माझ्या पलंगावर भाऊसाहेब आरामपणे झोपले होते. पटके, कोट घातलेले चार-पाच इसम खोलीत बसले होते. मला पाहताच भाऊसाहेब उंडगेकर म्हणाले,

'आता काळजी नको पाटील! मारुतराव भेटले. काम झालं आपलं.'

'कसलं काम?'

'सांगतो, बसा.' आपल्याजवळ जागा देत उंडगेकर भिंतीला टेकून बसलेल्या इसमाकडे बोट करत म्हणाले, 'हे देवगावचे पाटील श्रीपतराव. भारी इसम!'

पन्नाशीतल्या श्रीपतरावांच्या गलमिशया, भरदार छाती, डोक्यावरचा कोल्हापुरी पटका पाहून ते मला पटलं. मी नमस्कार केला.

'मग काय काम?'

'काही नाही हो! अगदी किरकोळ. ह्या श्रीपतरावांचा मुलगा यशवंता. भारी उमदं पोर. कुस्तीत नंबर पहिला. आमच्या भागात बैलांचा षौक करावा तर त्यांनंच. पन लई तापट डोक्याचं.'

'असायचंच!' मी सहज म्हणालो.

'कसं म्हनालात! घ्या टाळी! परवा भिकारवाडीच्या पाटलाच्या पोराची आणि यांची तोंडातोंडी झाली. ते पोर बी तसलं होतं म्हना. आणि काय, यशवंतानं चार काठ्यांत लोळवला त्याला. घार डोकं फोडलं.'

'मग मेला?'

'मेला?' श्रीपतराव गलमिशयांवरून पालथी मूठ फिरवत म्हणाले, 'अहो राव, पोर कुनाचं? पानी मागितलं नाही...'

'आणि हो!' मी किंचाळलो.

'आनि हो काय! हे आले माझ्याकडं. मी म्हनालो, 'भिता कशाला?' आपला आमदार हाय की घट्टू. असलं धा खून पचवंल.' '

'क्हय क्हय!' साऱ्यांनी माना डोलावल्या.

उंडगेकर म्हणाले, 'मग काय, घेतली टॅक्सी अन् धरली मुंबईची वाट.'

'अहो, पण ही खुनाची बाब!'

'पन नाही–बीन नाही.' भाऊसाहेब उंडगेकर म्हणाले, 'ही आपली मानसं आहेत. म्हनाल त्या वेळी जीव देनारी! त्यांना मी शब्द दिलाय्. खाली प्रकरन रंगायच्या आतच सारं केलं पाहिजे.'

भाऊसाहेबांचे इलेक्शनमधे माझ्यावर उपकार झाले होते, त्यांचीही आठवण देण्यात आली. मी टॅक्सीत बसलो.

इन्स्पेक्टरला भेटलो. म्हणालो,

'आपली माणसं आहेत. सावरून घेतलं पाहिजे.'

'काय सावरून घ्यायचं?' इन्स्पेक्टर म्हणाला, 'भर दिवसा झालेला खून हा!'

'चुका साऱ्यांच्याच हातून होतात. तरुण आहे, सळसळणारं रक्त. साहेब, तुम्हीच समजून घ्या. वाया जाणार नाही. पंचनाम्यात दुसऱ्याच माणसाला गोवा. केस सुटून जाईल.'

'ते खरं, पण हे जरा...'

'साहेब, माणूस म्हटलं म्हणजे चुका ह्या असायच्याच! आता बघा, मागच्या दारू केसबद्दल असेंब्लीत प्रश्न विचारला तर काय होईल तुमचं?'

'तुमच्यासारख्यांनी शब्द टाकल्यावर नाही कसा म्हणेन?' इन्स्पेक्टर रुमालानं घाम टिपत म्हणाला.

सात महिने लागले यशवंता सुटायला.

पण संकटं एकटी येत नाहीत. द्विभाषिक मोडलं, संयुक्त महाराष्ट्र झाला आणि आमच्या पक्षाचा निम्मा ताव नाहीसा झाला. आमच्यातले बहुसंख्य पुढारी काँग्रेसमधे गेले. पण मी आमदार होतो. खाल्ल्या अन्नाला जागण्याचा तरी प्रामाणिकपणा टिकवण्याचा प्रयत्न करीत होतो.

मी दिवसेंदिवस खचत होतो. आता कचेऱ्यांतून गेलं तर आदबीनं, आदरानं पाहणारे सलगीनं वागत होते. पट्टेवाल्यापासून मामलेदारापर्यंत सारे कामं सांगत होते.

घरी गेलो असताना भाऊ समोर आला. तो हातात कागद देत म्हणाला,

'मारुती, हे बघ.'

'काय आहे?'

'अडत्यानं सोळा हजारांचं देनं काढलंय्!'

'सोळा हजार?'

'ते सारं बरोबर आहे. निवडणुकीचा सारा हिशेब आहे. पन आवंदा गुन्हाळ पंधरा दिवसही गेलं नाही.'

'का?'

'मला विचारतोस? जगाचा कारभार करनारा तू! येवढं देनं असल्यावर अडत्या खत-पानी दील कधी? कधी मळ्यात जाऊन ऊस बगीटला व्हतास? गूळ झाला तेवढा त्यांच्याकडं लावला. त्यानं कर्जात वजा करून घेतलं. आता घरात वरीसभर खायाचं काय?'

'बघतो काय करायचं ते!' म्हणत मी उठलो. डोकं भणभणलं होतं. अडत्याकडे गेलो. पण तो ऐकायला तयार नव्हता. तीन वर्ष त्यानं वाट पाहिली होती. शेवटी माझ्या वाटणीची एक जमीन मी विकली आणि ते कर्ज भागवलं.

ह्या साऱ्या प्रकारात उरलासुरला धीर खचून गेला. रात्री एकटा असताना, चार वर्षांच्या कारकीर्दीकडे पाहताना मला घाम फुटे. ह्या चार वर्षांत तीन खून पचवण्यास मदत केली. लाचलुचपतीखाली सापडलेल्या सरपंचाला सोडवलं. बेवारसाला वारस बनवलं. चालू होणारी शाळा बंद पाडली. मला जे करायचं होतं ते त्याच्या विरुद्ध सारं मी करत होतो, त्याची लाज वाटत होती. शेवटी मी मनाचा हिय्या केला, आणि एके दिवशी आमदारकीचा राजीनामा देऊन मोकळा झालो! सारे पक्षनेते माझ्यावर संतापले. पण त्यांना संताप प्रकट करता येत नव्हता. सीमाप्रश्नाच्या वादावर मी राजीनामा दिला, हे जरी कागदोपत्रीचं कारण असलं तरी माझ्या मनाची कारणं निराळी होती. ती मी कुणाला सांगणार? आणि कोणत्या तोंडानं?

मी सरळ घरी आलो. शेतीमधे मन रमवू लागलो. कैक वेळा अंथरुणावर पडल्यानंतर अश्रू केव्हा ओघळायला लागत आणि केव्हा हुंदका फुटे हेही कळत नसे.

सौभाग्यवती विचारी, 'अहो, रडता का?'

काय सांगणार मी तिला?

आहुती

❈

राजापूरला गाडी सोडून कधी कोकणच्या बाजूलाच वळलात आणि विचारलंत की, 'रामपेठ कुठं?' तर कदाचित कोणी सांगेल की नाही, याची शंका आहे. धड कोकण नाही, धड देश नाही अशा एका सह्याद्रीच्या घोलप्यात हे छोटं खेडं अंगावर जंगलाचं शीर घेऊन स्वस्थ काळ कंठत आहे. चारी बाजूंनी सह्याद्रीच्या नातलगांनी ह्या रामपेठेला मिठी घातली आहे. समुद्राची हाक गावापासून फार लांब आहे. देशाचा वारा ह्या दरीत थारा करीत नाही.

गावात दीडशे दोनशे उंबरठा आहे किंवा नाही हे एकदम सांगता यायचं नाही. दुसरं महायुद्ध संपून गेलं असलं तरी त्याची वार्ता त्या गावाला नाही. केव्हा तरी एकदा लढाई चालू झाल्याचं गावात वारं आलं होतं तेव्हा गावच्या एक दोन म्हाताऱ्यांनी मागं 'वाट' सायबानं येऊन त्यानं कसं नेलं व त्यांनी कशी 'लढाई' केली हे चार दिवस सांगितलं होतं—एवढाच काय तो जागतिक महायुद्धाचा त्यांच्यावर परिणाम झाला होता.

नाचणीच्या भाकरी व भात सोलाण्याच्या कालवणाबरोबर, नाहीतर बांगडा खारी-मासळीबरोबर पोटात ढकलत यांची आयुष्यं जात आहेत. बैलावर गोणी लादून, शहरगावच्या गप्पा घेऊन दादू वाणी महिन्यातून एकदा येई, तेव्हा कदाचित एखादी वार्ता त्यांच्या कानी पडत असे. जरी कोकणी किंवा देशी भाषा त्यांना उत्तम येत नसली, तरी रामपेठच्या माणसांची बोली मात्र दोन्ही लोकांना समजते.

डोंगराच्या ओघळीओघळीतून वाफे बांधून ते शेती करतात आणि येईल त्यातून वर्षांचे दिवस उलटून टाकतात. अगदीच दुष्काळ आला तर रानांतून कनग्या-चिनग्या काढून त्यांची उपजिविका होते. त्यात त्यांचं समाधान आहे.

रामपेठ तसं पाहिलं तर अगदी साधं गाव आहे. अजूनही पांढऱ्याधोट कपड्यांनी तिथली जनावरं बुजतात. दिवसाचे सारे कार्यक्रम त्यांचे ठरले आहेत. रात्री इरेच्या वेळी काजूची दारू कुणाला चढलीच आणि त्यानं आरडाओरड केलीच, तरच गावची शांतता भंग होते; नाहीतर रस्त्यावरच्या ओरडणाऱ्या कुत्र्याशिवाय त्या गावची झोप आजवर कोणी मोडली नाही.

सारी गावची वस्ती मराठमोळी आहे. नाही म्हणायला नाना कुलकर्ण्याचं काय

ते घर बामनाचं आहे. नाना कुलकर्णी म्हणजे गावचा आधार. गरजेला पैसा, अडल्या वेळी सल्ला त्यांच्याखेरीज कोण देणार? त्यांचा पैसा साऱ्या गावात खेळत होता. नाना व्याज घेत, पण अडल्या वेळी कुणाला 'नाही' असा त्यांचा शब्द गेला नाही. डोईन्डोई ऋण लोक फेडतात; पण नानांनी कधी कुणावर जप्ती नेली नाही. गावात कुणाचं पत्र आलंच तर ते त्यांनीच सांगावं. त्यांचा मुलगा लढाईत मारला गेला होता आणि त्या वाड्यात ते एकटेच आपल्या सनद्यासह राहात होते. गावच्या चारी कोपऱ्यांत डोंगरावरती कधी कुणी शेंदूर स्थापून देव केले होते, त्यांच्यावर साऱ्या देवचारांची संकटांची जोखीम लोकांची होती. त्यांची जत्रा हौसेने भरवतात. असतील नसतील ती कोंबडी त्यांच्यासमोर कापतात. काजूची दारू पिऊन त्या आजूबाजूच्या गर्द जंगलात मध्येच उघड्या पडलेल्या त्या ठिपक्यांत रासवट नृत्यगायन उतू जातं. त्या नाचामागे पखवाजाची साथ चारी डोंगर परतवतात आणि मद्याचा कैफ त्या प्रतिध्वनीने जास्तच रंगतो. रात्र झाली की चिमणी फुंकून, नेसतं एकुलतं एक वस्त्र उशाला घेऊन गावच्या स्त्रिया झोपी जातात. अन्नाची टंचाई, कापडाचं दुर्भिक्ष कधी त्यांच्या मनाच्या शांततेत ढवळाढवळ करीत नाही. ते सौख्य आजवर चालत आले आहे. आजवर गावच्या संकटांना भिऊन एकही तरुण कधी रामपेठची शीव ओलांडून मुंबईला गेला नाही.

देशाला मिळालेल्या स्वातंत्र्याचा परिणाम गावात एक तिरंगी निशाण लावण्याखेरीज काही झाला नव्हता. पण त्यानंतर त्या गावची झोप केव्हा केव्हा मोडली जात असे. कधी कोणी 'सायब' येऊन साऱ्या गावाला जमवून त्यांना काही विचारीत, त्यांची नावं टिपून घेत. त्यांना न समजणाऱ्या भाषेत ते त्यांना काही तरी सांगत आणि निघून जात. पण ह्यापेक्षा काही घडत नसे. दिवसाकाठी म्हातारीकोतारी व लहान मुले येवढीच काय ती गावात राहात. नाहीतर सारे शेतामागे, नाहीतर गुरामागं जंगलात जात. सायंकाळी सूर्य डोंगरावर टेकला की, तास दीड तास ते गाव गजबजून जाई. चिलमीचा ठसका, गुरांचा हंबरडा, जात्याची घरघर आणि पोरांचा आवाज एक होई. ही गडबड संपली की, गाव ह्या कुशीवरून त्या कुशीवर होऊन झोपी जाई ते कोंबडा पहाटे शंखनाद करीपर्यंत.

पण ही शांतता अचानक एक दिवस मोडली. संध्याकाळ झाली होती. गावची निम्मी गुरं गावात, निम्मी रानात असतील तोच शंकर वाण्याचा पोरगा गावात बातमी घेऊन आला—'रत्नागिरीला बामन आवार खतम् केलं...गांधी बाबाचा खून झाला. बामनानं केला...सरकारनं सारी बामनाची घरं जाळायला सुरुवात केली आहे...' तोंडाला येतील त्या गप्पा तो देत होता. त्या बातमीनं सारं गाव गदगदून जागं झालं.

दोन दिवसांत अचानक लांबवर जंगलात धूर वर आलेला दिसे आणि बातमी

येई, 'जांबवडं गेलं,' 'शिवडची बामनं पळाली.' ह्या बातमीने वृद्ध नानांचा थरकाप होई. ते साऱ्यांना म्हणत, 'बाबांनो, मी एकटा; तुमचा गाव तो माझा गाव! तुम्ही म्हणाल तर राहीन जिवंत; नाही तर गाडा तुमच्या हातानं मला.' असं बोलल्यावर आजूबाजूचे लोक म्हणत, 'छा! छा! नाना! भलतंच नका बोलू. आमी काय मेल्या आईचं दूध पिलं नाय!' आणि त्यांना धीर येई.

पण एक दिवस गावाबाहेर अचानक पन्नास-साठ माणूस सांजच्यापारी उभं राहिलं. सारा गाव आपली कामं सोडून धावला. त्यातला एक पुढं होता. त्यानं इचारलं, 'किती घरं हाईती बामनांची?' 'एकच,' कोणीतरी सांगितलं. गावच्या चावडीसमोर ते येऊन थांबले. त्यांतला एक ओवरीवर चढला आणि सांगू लागला. सारी गावची बायकापोरं तिथं जमू लागली. तो सांगत होता—

'...तवा या बामनाचं एक बी घर राहू द्यायचं नाही. त्यांनी तुमास्नी लुबाडलंय, याजापाई तुमच्या जमिनी त्यांनी बळकावल्या. खोटंनाटं हीसाब दावून नागवलं त्यांनी...' थोडं न समजून, थोडं समजून सारे देवाच्या समोर कौलाला 'होय महाराजा' म्हणावं तसे मान हलवत होते. त्यांनी गांधीमहाराजाचं नाव ऐकलं होतं. पण दुसऱ्याच आठवणीत त्यांचे डोळे चमकले. दादू महाराला नानांनी पंचवीस रुपये लेकाच्या लगनापायी दिलं होतं. तुकारामाच्या बापानं काढलेला बोजा अजून तो फेडत होता. प्रत्येकाला हळूहळू त्यांच्या कर्जांची आठवण होऊ लागली. ते सारं सुटणार ह्या कल्पनेनं त्यांची मनं हरकली. त्या माणसानं विचारलं, 'काय इचार हाय?' आणि त्यासरशी दादू महार काचबरत म्हणाला, 'आता सरकार सांगतंया, तवा केलंच पायजं; त्याशिवा गत्या हाय कुठं?' आणि सारे 'होय होय' म्हणाले.

'चला तर दाखवा घर' तो म्हणाला. आणि सारा गाव नानांच्या वाड्याच्या दिशेने चालू लागला. डोंगराआड सूर्यनारायण केव्हाच तोंड घेऊन पळाला होता. त्याच्या गैरहजेरीत दाट छाया गावावर रेंगाळत होत्या. चांदणं अजून उगवलं नव्हतं. नानांच्या वाड्यावर जेव्हा भैरू ओरडत आला तेव्हा ते नानांना खरंदेखील वाटेना. भैरू सांगत होता, 'नाना, लई लोक आल्याती. ते तुमचं घर जाळा असं सांगत्याती.' पण नाना त्यावर विश्वास कसे ठेवणार? ते म्हणाले, 'अरे! गावचे लोक सांगतील त्यांना; जातील ते परत. तुला असं वाटतं की, गाव मला त्यांच्याकरवी असा मारू देईल? जा तू आत.' पण असं बोलून फार वेळ झाला नसेल तोच दुसरी बातमी आली की, सारा गाव त्यांच्या वाड्याकडे येतो आहे. वाड्यात फार तर तीन सनदी व पाचसहा आसामी. गडबडीने वाड्याची दारं सनद्यांनी बंद केली. नाना मात्र हताश होऊन आता काय होतं याची वाट पाहात बसले.

वाड्यावर धक्के बसताहेत असं त्यांना वाटलं. त्यांनी भानावर येऊन पाहिलं तर खरेच धक्के बसत होते. त्यांनी दार उघडायला सांगितलं. दत्तू सनद्याला ते खरं

वाटेना. तेवढ्यात ते गरजले, 'दत्त्या, ऐकू येत नाही काय म्हणतो ते?'

तो उंबराचा दरवाजा उघडताच आत लोक घुसले; पण क्षणात ते थबकले. समोर नानांचे तिन्ही सनदी बंदुका ठासून उभे होते. त्याच वेळी पिच्या सनदी म्हणाला, 'खबरदार पुढं एक पाऊल टाकाल तर. नानांच्या अंगाला हात लावायच्या आधी तीन मुडदं पडतील!'

का कुणाला ठाऊक, नानांच्या डोळ्यांत पाणी उभं राहिलं. त्यांनी पाहिलं तर समोरच्या जमावात त्यांना दादू, तुकाराम, विठोबा सारी परिचित माणसे दिसत होती. त्यातल्या कुणातरी तिघांचे मुडदे पडणार हे ऐकताच त्यांच्या अंगावर काटा उभा राहिला आणि सरळ खाली उतरून त्या तिन्ही बंदुका त्यांनी स्वतःच्या हातांनी हिसकावून घेतल्या.

ते पाहून सारे आश्चर्यचकित झाले. पलित्याच्या उजेडात नानांची ती पिवळी धमक, सडपातळ बंडी, धोतर परिधान केलेली मूर्ती उभी होती. त्यांच्या चेहऱ्यावरच्या रेषान् रेषा उठून दिसत होत्या. त्यांनी विचारलं, 'काय पाहिजे?'

'वाडा जाळणार आम्ही!'

'का?' नानांनी विचारलं.

'तुझ्या जातीला विचार ते!' तो नवखा माणूस म्हणाला. ते गावकऱ्यांना - देखील कसंसंच वाटलं. त्याला उत्तर न देता, नानांनी शांतपणे गावकऱ्यांना विचारलं, 'तुमचं पण हेच मत आहे, होय?' पुन्हा सर्वत्र शांतता झाली. दादू महार पुढं होऊन म्हणाला, 'सरकारचं म्हननंच हाय नाना! ते कसं मोडावं आमी?'

नाना खिन्नपणे हसले. त्यांची साठ वर्षे उलटली होती. त्या वाक्याचा अर्थ समजायला त्यांना ती पुरेशी होती. ते वाड्याबाहेर निघाले. लोकांनी वाट करून दिली वाड्याबाहेर ते दगडावर बसले अन् पुटपुटले, 'करा काय करायचं ते! मी एकटा!'

क्षणभर काय करावं हेच कुणाला सुचेना. तेवढ्यात कुणी तरी लाटणाला (लँटर्न-कंदील) हात घातला आणि वाडा लुटायला सुरुवात झाली. शेवटी लोक खुंट्या-तुळ्यादेखील उपसत होते. नानांची निम्मी शुद्ध गेल्यासारखी वाटत होती. त्यांच्या डोळ्यांत पाणी नव्हते. नुसते हातपाय थरथर कापत होते. आत लोक शिरले होते, तितकेच लोक काहीना काही तरी घेऊन बाहेर पडत होते. शेवटी पलिते छपरावर फेकले गेले, आणि थोड्याच अवकाशात वाडा धडधडू लागला. त्या वाड्याच्या धगधगणाऱ्या ज्योतींचा उजेड नानांच्या चेहऱ्यावर पडत होता. काही म्हातारे लोक जेव्हा वाड्याची जुनी लाकडे फुटू लागली तेव्हा माना फिरवून परतू लागले. त्या धगधगणाऱ्या ज्योतींची झळ नानांना लागत होती. कोणीतरी त्यांना बाजूला नेले. त्यांनी एकदा त्या इसमाकडे पाहिले आणि इतक्यात त्यांचं लक्ष समोरच्या इसमाकडे गेले. तो काहीतरी आपल्या धोतराच्या सोग्यात लपवीत होता.

नाना ताडकन् उठले आणि त्यांनी त्याचा हात धरला. त्या वृद्ध हाडाच्या ठायी इतके बळ असेल याची त्याला कल्पनाच नव्हती.

'दादू, उघड मूठ!' नानांनी सांगितलं. क्षणभर दादू आजूबाजूच्या लोकांचं पाठबळ विसरला आणि त्यानं मूठ नकळत उघडली.

त्या मुठीत एक चिमुकला चांदीचा गणपती होता. आज वंशपरंपरेने चालत आलेला तो गणपती होता. नानांनी तो उचलला आणि आपल्या मस्तकी लावला व म्हणाले, 'दादू! घाबरू नकोस. घेत नाही मी हा. पण माझं एवढंच हात जोडून पदर पसरून मागणं आहे की, ह्याला पैशापायी कधी मोडू नकोस. माझं पूर्वापार चालत आलेलं दैवत आहे. जप त्याला. कल्याण होईल तुझं.' मिळालेला गणपती कनवटीला गडबडीने लावत तो गर्दीत मिसळला.

आत्तापर्यंत कसेबसे थोपवलेले अश्रू वयाचा बांध मोडून मोकाट सुटले आणि नाना 'गजानना! गजानना!' म्हणत मटकन् खाली बसले.

दुसऱ्या दिवशी जेव्हा सूर्यनारायण डोंगरावर आला तेव्हा ते चिमुकलं खेडं जागं झालं. ह्या वेळी नेहमी केवढी गडबड ह्या गावात माजत असे; पण आज सर्वत्र शांतता होती. गावच्या एका कोपऱ्यातून अजूनही धूर वर निघत होता. नानांच्या वाड्याच्या अजस्र भिंती मात्र आपल्या कालच्या स्वरूपाची मोजमापे हाताशी धरून उभ्या होत्या. अजूनही त्या राखेखाली इंगळ धुमसत होते. वाड्याबाहेर नाना भकास मुद्रेने त्या गतवैभवाकडे पाहात होते. गावातील पाच-सात म्हातारी त्यांच्या आजूबाजूला गोळा झाली. अधूनमधून नाक ओढळ्याचा आवाज त्यांच्या कानी पडत होता. नानांना त्यांच्याकडे पाहावसं पण वाटत नव्हतं. कुणीतरी हाक मारली, 'नाना!' 'काय?' नानांनी मान वर केली. त्यांचा चेहरा अगदी बदलून गेला होता. शेंडीची गाठ सुटून केस इतस्तत: डोक्यावर पसरले होते. चेहऱ्यावरची रेघन्‌रेघ उठून दिसत होती. कुणीतरी विचारलं, 'नाना, रत्नागिरीला जाणार?'

'नाही रे बाबा?' नाना म्हणाले, 'अरे रत्नागिरीत माझं कोण? येऊन जाऊन स्वर्गात माझा मुलगा असेल तोच! रामपेठ माझं गाव, जाऊ कुठं दुसरीकडं?...'

कोणी तांदुळ दिले. कुणी थोडा नाचणा दिला. तिथंच तीन दगडांची चूल बनवून नानांनी दोन मडक्यांत भात शिजवला. दोन दिवसांनी गावाने पाहिले; तो नाना राखेचे ढीग थोडे बाजूला करून भिंतीजवळ जागा करत होते. दोन-चार दिवसांनी गावकऱ्यांना त्या जागी एक खोपटं उभं राहिलेलं दिसलं. सारे लोक म्हणाले, 'म्हाताऱ्याला येड लागलं जणू! राख राखत बसला!...'

त्या दिवसापासून नानांचे हास्य पळाले. गावात ते फारच क्वचित येत. त्यांच्या एका रयतानं त्यांना थोडे धान्य माणुसकीला जागून दिले तेवढे त्यांना पुरेसे होते.

आता नाना कोणत्याच गावच्या भानगडीत पडत नव्हते. कोणी आलाच काही विचारायला तर ते म्हणत, 'बाबांनो, देवानं तुम्हाला बुद्धी दिलीय त्याचा उपयोग करा.'

नाना कुलकर्ण्यांनं जसं अंग काढून घेतलं, तसा गावात बोज राहिला नाही. तरुण पोरं काही कुणाचं ऐकेनात. गावचे पंच धाब्यावर बसून हवं ते करू लागले. बायकांच्यापायी एक दोन खून पडले, तरी नानांनी तिकडे लक्ष दिलं नाही. त्यांना वाटलं, 'काय अधिकार आपला त्यांना सांगायचा? कोण ते आपले!'

महिने गेले. पावसाळा आला. धोधो पाऊस कोसळायचा. नाना झोपडीत कुडकुडत होते. गावच्या ओघळांना इतके पाणी आले की, सारी पेरणी फुकट गेली, असं दोनतीनदा झालं. दोनतीनदा पेरलं गेलं आणि मातेरं झालं. साऱ्यांना वाटलं, रानातून चिनण्या काढून पोट भरता येईल. नाचणा येईल. पण पावसाळा संपला तरी पीक धड आलं नाही. नंतर कुचमत नाचणी आली आणि दुष्काळाची चिन्हे दिसू लागली. नानांचा देह अगदी थकला होता. ते खोपीबाहेर फारच क्वचित पडत. गावची गुजराण थंडीपर्यंत कशीबशी झाली, पण दररोजचा प्रश्न डोळ्यांसमोर उभा राहिला. लोकांना कंदमुळासाठी फार आत जंगलात जावं लागत होतं.

जुंधळा, तांदूळ वाण्याकडे येई; पण फार थोडा. त्याचा भाव भरमसाट होता. लोकांची घरंदारं वाणी लिवून घेत होता. लोकांना वाटलं, 'आज नानांचा वाडा असता तर जास्त व्याजानं का होईना, त्यांनी गरज कायबी करून भागवली असती. पण ह्यातून आपण सुटलो असतो.'

जेव्हा निभाव लागेना तेव्हा गावची पाचपंचवीस पोरं मुंबईला निघाली. साऱ्या गावचे डोळे त्यांच्यासाठी ठिपकू लागले. आजवर कधीच अशी पाळी रामपेठ गावावर आली नव्हती. गाव सोडून पोटापायी बाहेर जायचं हे त्या गावाला माहीत नव्हतं. कुणी तरी नानांना ही बातमी दिली.

चावडीसमोर सारा गाव जमला होता. पंधरावीस पोरं गाव सोडायच्या तयारीत गाठोडी बांधून उभी होती. बायकांचं रडणं स्पष्ट ऐकू येत होतं आणि तोवर नाना तेथे येऊन पोहोचले. त्यांनी पाहिलं तो सारी पोरं त्यांच्या परिचयाची होती. जेव्हा वाडा होता तेव्हा त्यांच्या प्रशस्त चौकात त्यांनी धुडगूस घातला होता. तीच पोरं आज परदेशी होत होती. 'पोरानु, कुठं निगालासा!' त्यांनी विचारलं. 'मुंबईला,' ती म्हणाली. नाना एकदम ताठ उभे राहिले आणि म्हणाले, 'हा नाना असताना रामपेठची पोरं अशी वनवाशी होऊ द्यायचा नाही मी. चला रे पोरांनो माझ्याबरोबर. अरे कुदळी घ्या, टिकाव घ्या...' साऱ्यांना वाटलं, नानांना वेड लागलं; पण ती त्यांच्या मागून गेली. नाना खोपटापर्यंत गेले आणि स्वतःच्या हातांनी त्यांनी उसकटले. एकवार जमीन बघून ते म्हणाले, 'उकरा इथं!'

चार कुदळींचे घाव बसताच तेथे भसका पडला आणि टिकावाच्या टोकाबरोबर नाचणी वर आली. लोकांचे डोळे लकाकले. नाना म्हणाले, 'ही ती शाबूत नाचण्याची तीन पेवं! तशीच चार भाताची पेवं ह्या भिंतीकडेने आहेत. अजून असतील ह्या राखेखाली. ती सारी तुमची आहेत. पुरवून खाल्लीत तर सुटाल यातून. पुढं गजाननाची मर्जी.'

काय बोलावं हे कुणालाच समजत नव्हतं. इतक्यात दादू पुढं झाला. त्यानं नानांच्या पायावर डोकं ठेवलं आणि हातात ती वस्तू दिली. नानांनीही 'गजानना' म्हणत मस्तकी लावली व दादूला म्हणाले, 'ऐकलंस तू माझं! उपकार आहेत तुझे. तुझ्या ऋणाची फेड माझ्या हातून व्हायची नाही.' आणि असं म्हणत असताना त्यांचे डोळे निथळत होते.

साऱ्या गावकऱ्यांनी ठरविलं की, उद्यापासून नानांचा वाडा परत होता तसा करायचा आणि त्या निर्धाराने सारा गाव झोपी गेला. प्रात:काली जेव्हा लोक वाड्याजवळ आले, तेव्हा वाड्यात नाना नव्हते. सर्वत्र धुंडलं; पण नाना परत रामपेठला मिळाले नाहीत.

❖

भांडवलदार का राहिले?

❋

भादरवाडी हे माझे इनामगाव. ऐतिहासिक काळी 'बहाद्दरवाडी' हे त्याचे नाव होते. ह्याचा सबळ पुरावा आमच्या कागदोपत्री सापडतो. पण त्याच 'बहाद्दरवाडी'चे 'भादरवाडी' कसे झाले ह्याचा पुरावा मात्र मला सापडला नाही! गाव तसे फारसे मोठे नाही; हजारबाराशेच्या आतबाहेर. कॉलेजमधील उच्च शिक्षण संपल्यानंतर नोकरी न मिळाल्याने मी माझ्या भादरवाडीला आलो. आमच्या गावचे लोकही स्वभावाने अत्यंत गरीब व सालस आहेत हे मला थोड्याच दिवसांच्या सहवासात समजून आले. कदाचित आमचे गाव घाटमाथ्यावर पडत असल्याने देशावरचा उदारपणा व कोकणातील लीनता लोकांच्या अंगी आली असावी. शहरी जीवनात वावरल्याने गावातील पहिले काही महिने मला जड गेले; पण गावच्या लोकांनी आपल्या भाबड्या स्वभावाने मला थोड्याच दिवसांत आपलेसे करून घेतले आणि गावाच्या उन्नतीसाठी आयुष्य वेचण्याचा मी निश्चय केला.

आमच्या भादरवाडीला शहराशी जोडणारा पक्का रस्ता आहे, पोस्ट आहे. प्राथमिक शाळा आहे, पण सातवी इयत्ता शिकायलादेखील शहराला जावे लागते. बाकी सर्व सोयी गावाला असूनही शिक्षणासारखी महत्त्वाची सोय गावाला नसावी ही गोष्ट मला फार जाणवली. एक दिवस मी गावच्या पंचांना ती गोष्ट सहज बोललो.

तेव्हा पंचांपैकी एकजण म्हणाला,

'सरकार, तुम्ही म्हनतासा ते खरं हाय! पण शाळ्ळला पैसं आनायचं कुठनं?'

गावात 'लोकराज्य' 'शेतकरी' यांसारखी सरकारी नियतकालिके येत असताही शाळेबद्दल गावच्या लोकांना माहिती नसावी ह्याचा मला मोठाच अचंबा वाटला. जिथे पंचांना माहिती नाही तिथे गावकऱ्यांना ह्याची कुठून माहिती असणार? शाळेला लागणारी जमीन व खर्चाचा एक चतुर्थांश हिस्सा जर आपण उचलला, तर शाळेच्या इमारतीचा सर्व खर्च सरकार करते, ही माहिती मी सांगताच त्या पंचांनी आश्चर्याने टाळा उघडला व आनंदाने त्यांचे चेहरे फुलले.

'बघा! हे आमास्नी ठावंच नव्हतं. छा: लई झोक काम झालं. सरकार असं असल तर बांधू शाळा – त्यात काय?'

'इतकी सोपी गोष्ट नाही ती! कमीत कमी सहा हजार रुपये आम्ही उभे केले

पाहिजेत व चार एकर जागा दिली पाहिजे; तरच सरकार शाळेच्या इमारतीचा खर्च सोसणार.'

धोंडीबा सर्व पंचांत म्हातारा. तो म्हणाला, 'सरकार, धा तोंडानं बोलूस गावत नाय आमास्नी. व्हय, खरं ते सांगायचं. तुमी मनावर घेतलंसा तर पुढची जिम्मेदारी आमची! गाव तुमच्यामागं हाय असं समजा.'

'करतो म्हणालात तर आहेच तुमच्याबरोबर, अरे, आपली दहा खेड्यांची पोरं शाळा नाही म्हणून शहराकडं जातात. उद्या आपली शाळा झाली तर आपल्या गावचं नाव साऱ्या कऱ्यातीत होईल. दहा गावच्या लोकांनी चार-चार आणे घातले तरी शाळा उभी राहील. आपणच शाळा बांधणार. तेवढादेखील खर्च शाळेला येणार नाही.'

शेवटी शाळा बांधायचा विचार नक्की होऊन पंच बाहेर पडले. त्यानंतर चार दिवस साऱ्या गावात शाळेचीच बोलवा होती.

नंतर एके दिवशी मारुतीच्या देवळात गावकऱ्यांची सभा झाली. शाळा बांधायचे सर्वांच्या मते ठरले. त्यासाठी सर्व प्राथमिक गोष्टींची खटपट व त्याला लागणारा खर्च मी आनंदाने उचलण्याचे ठरवले. त्या कामासाठी गावच्या प्रतिष्ठित लोकांची एक कमिटी स्थापन केली. मी नको नको म्हणत असताही पंचांनी मला त्या कमिटीचा चेअरमन केले.

शहराला पाचसहा खेपा घालून मी सर्व माहिती काढली. पंचवीस रुपये खर्च करून शाळेचा प्लॅन घेतला आणि तो गावकऱ्यांच्या सह्यांच्या अर्जाला लावून वर पाठवून दिला. शहरातून शाळेच्या मदतीसाठी चार-चार आण्यांची व कोऱ्या तिकिटांची पुस्तके छापून आणली; ती सर्व पुस्तके कमिटीच्या स्वाधीन केली.

दुसऱ्या दिवशी सकाळी दहाच्या सुमारास कमिटीचे लोक वाड्यात दाखल झाले. बराच वेळ इकडच्या तिकडच्या गप्पा झाल्यावर धोंडीबा घसा खाकरून म्हणाला, 'सरकार, गावकरी म्हनत्यात, पहिला आकडा तुमच्या हातानं पडू द्या, म्हंजे सुरुवात झाली. नायतर गावचे लोक आडानी, त्यांचा इस्वास बसनार कसा?...कसं मंडळी?'

'व्हय, व्हय!' साऱ्यांनी माना डोलवल्या.

'बरं बरं;' मी हसून विचारले, 'कुठं आहे पावती-पुस्तक?'

एकाने कोरे पावतीपुस्तक माझ्या हातात दिले. त्यातल्या पहिल्या पावतीवर मी एक हजार रुपयांचा आकडा घातला आणि म्हणालो, 'आता झालं मनासारखं?'

धोंडीबा छाती काढून इतरांना म्हणाला, 'पायजे तर अस्सं काम पायजे! सांगत नव्हतो? सरकार थोरल्या दादासाहेबास्नीबी...'

'बरं, बरं! ठेव ते पुस्तक. मी घेतो दादांची पावती आणि संध्याकाळी सगळे पैसे पाठवून देतो. कामाला मात्र आजच सुरुवात करा. दोन-तीन महिन्यांत अर्ज मंजूर होईल; मग त्या वेळी उगीच धावपळ होईल!'

'छा: तसं कसं हुईल? येवढं आमच्यासाठी करतायसा ते कशापायी? बिनघोर र्‍हावा तुम्ही; येतो सरकार.' म्हणून सारे पाया पडून निघून गेले.

संध्याकाळी दादांच्याजवळ बोलता बोलता मी शाळेचा विषय काढला.

दादा म्हणाले, 'हे बघ! हे सगळं माझ्या कानांवर आलं होतं. म्हटलं, तू सांगेपर्यंत आपण तरी कशाला बोला? ऐकणार असलास तर सांगतो.'

'सांगा की.'

'तू ह्या फंदात पडू नको; त्यांचं तेच करू देत!'

'दादा, गाव आपलं आहे; उद्या शाळा झाली तर आपली मुलं शिकतील.'

'ते खरं; पण इथली परिस्थिती अजून तुला ठाऊक नाही. आपण मानानं राहिलो तर लोक मान देतील; उद्या तू त्यांच्यात मिसळलास तर ते तुझा फायदा घेतील; पण मिसळून घेणार नाहीत, हे पक्के लक्षात ठेव!'

'दादा, तुम्ही पण शाळेला मदत केली पाहिजे.'

'मला कशाला घालतोस ह्यात? तू किती मदत केलीस?'

'एक हजार एक.'

'नाही बाबा, मला तेवढी शक्य नाही, शंभर घाल–तेही तू म्हणतोस म्हणून!'

'नाही दादा, निदान पाचशे तरी द्याच.'

'बरं, घाल होऊ दे तुझ्या मनासारखं. संध्याकाळी कारभाऱ्याकडून तुझ्या पैशाबरोबरच माझेही घेऊन जा. पण मी सांगितलेलं विसरू नकोस!'

त्यानंतर जेव्हा जेव्हा कमिटीचे लोक भेटत तेव्हा तेव्हा वर्गणी गोळा करण्याचे काम जोरात चालल्याचे सांगत. हळूहळू गाव शाळेची गोष्ट विसरू लागले. ती महिने उलटून गेले तरी अर्जाचे उत्तर नव्हते. मी शहरात जात होतो तेव्हा चौकशी करीतच होतो. अचानक एक दिवस उत्तर आले. शाळा मंजूर झाली होती. शाळेची जागा पाहण्यास ए. डी. आय. ई. येणार होता.

पुन्हा नवीन वारे संचारले; पुन्हा धावपळ उडाली. कमिटीचे लोक–माझ्याकडे आले.

मी म्हणालो, 'येईना ए. डी. आय. ई.! त्यात काय मोठं? आपण सारं गाव दाखवू. तो जी जागा पसंत करील ती आपण शाळेसाठी घेऊ. ज्याची जागा असेल त्याला योग्य ती किंमत देऊ.'

'व्हय तर, देऊ या की; त्यात काय?' सर्वांनी कबुली दिली.

ए. डी. आय. ई. गावाला आला. त्याला घेऊन गावाभोवती प्रदक्षिणा घातली. त्याने कुठली जागा पसंत केली तर आमच्यापैकी कोणी शंका घेत असे, 'इथं पुरचं पाणी खेळतं', 'पोरास्नी प्यायला पाणी लई लांब!' इत्यादी. आणि अशा कारणाने ती जागा रद्द होत असे. असे करता करता गावच्या पश्चिमेला कुरणाच्या वर

असलेली जागा सर्वानुमते 'पास' झाली.

जागाही गावाच्या पाठीमागे असलेल्या टेकडीच्या उतरणीला, हवेशीर जागी होती. म्हटली तर गावाबाहेर, म्हटली तर गावानजीक अशी ती सर्व दृष्टींनी सोयीस्कर जागा होती. गवतचराईखेरीज त्या जागेचा काहीच उपयोग नव्हता. मलाही ती जागा पसंत पडली. त्याच वेळी माझ्या कारभाऱ्याने मला खुणावले.

मला बाजूला घेऊन तो म्हणाला, 'सरकार, ही जागा आपली हाय. ह्यास्नी काय जातंय बोट दाखवायला?'

मी त्याला दटावून म्हणालो, 'अरे! ते काय जागा फुकट मागताहेत? गप बस.'

धोंडिबा होताच. त्याच्याजवळ जात मी जरा मोठ्यानेच म्हणालो, 'धोंडिबा, ही जागा आपलीच, नव्हे?'

'तर काय जी! तुमचीच की जी.'

'मग ह्याची किंमत कोण ठरवणार?'

धोंडिबा म्हणाला, 'आता सरकार, शाळाबी तुमचीच; गावबी तुमचंच. तुम्ही म्हणालासा तर आमी काय मोडणार हाय? ह्या काट्याचं पैसं येणार ते किती आनी ते घेशीला तरी कसं?'

'म्हणजे फुकटच घेणार म्हणा की!' मी विचारले.

'असं मातूर बोलू देनार न्हाई, सरकार!' धोंडिबा मान उडवत म्हणाला, 'घेवा पैसं. देतांव आमी. मारणार बी तुमीच, तारनार बी तुमीच. कसं मंडळी?'

'हय व्हय, त्यात काय?'

ए. डी. आय. ई. हे सारे पाहातच होता. मी हसून म्हणालो, 'नाही रे, उगीच गंमत केली! अरे, एवढ्या पैशांनी मी काय श्रीमंत होणार आहे? मग ठरली जागा.'

जागा ठरली आणि रकमेचा भरणा ट्रेझरीत करण्यास सांगून ए. डी. आय. ई. आला तसा गेला. तो जाताच मी कमिटीच्या लोकांना बोलावून घेतले व म्हणालो, 'आता माझी जबाबदारी संपली. आता तुम्ही बँकेत पैसे भरलेत की, सरकार शाळा पुरी करून देईल.'

'सरकार, असं मधनं आंग काढलंसा की मग भागलंच!' धोंडिबा म्हणाला.

'नाही रे, मी आहेच तुमच्या मागं. बरं, सांगा किती पैसे गोळा झालेत? जास्त जरी पैसे गोळा झाले तरी आपण सहा हजारच खजिन्यात भरायचे.'

सारे एकमेकांच्या तोंडाकडे पाहात होते. लक्ष्मण गुरव कमिटीचा चिटणीस होता. तो म्हणाला, 'दोन हजारांची भरती होत आलिया.'

'दोन हजार!' मी किंचाळलो, 'अरे, पंधराशे रुपये तर मीच दिलेत.' धोंडिबा पुढे सरकत म्हणाला, 'आजूबाजूची गावं घेतली न्हाईत.'

'अरे, पण ती घेणार केव्हा?'

'आठ दिवस फिरलो तर सगळी रक्कम उभी व्हईल, त्यात काय?'

'पण फिरणार केव्हा?'

'सरकार, रागावू नका. कशाचाच पत्त्या नव्हता; लोकांनी तरी इस्वास धरावा कसा? व्हय, खरं तेच बोलायचं! आता उद्यापासनं सुरूच की!'

पुन्हा महिना गेला तरी अडीच हजारांच्यावर पैसा जमवला नाही. सरकारातून 'अद्यापि रकमेचा भरणा का झाला नाही?' अशी विचारणा होत होती.

कमिटीच्या लोकांना खडसावून विचारताच धोंडिबा केविलवाणा चेहरा करून म्हणाला, 'सरकार, पैसा हाय कुनाजवळ? सुगीत पैसा. आता कोण देनार? आजून तुमीच चार लोकांस्नी सांगितलंसा तर ऐकतील ते.'

शेवटी मीच कंबर कसली. माझी कुणाशी फारशी ओळख नव्हती; कारभाऱ्याला घेऊन मी आजूबाजूच्या खेड्यांतं फिरू लागलो. त्या पंधरा दिवसांत पैसा मागितला की लोक काय म्हणतात ह्याचा पुरा अनुभव आला व तीन हजारांच्यावर आकडा गेला नाही!

माझ्याकडून सर्व उपाय थकल्याचे मी सांगताच धोंडिबा म्हणाला, 'असं म्हनूं नका, सरकार! कायबी करा, पन शाळा उभी होऊस पायजे. नायतर आमास्नी तोंड काढूस गावात जागा ऱ्हनार न्हाई! एवढ्या रकमेचा मेळ तुमी घाला, सुगीला पुऱ्या रकमेची फेड आमी करताव. इस्वास नसला तर लिहून घेवा; पाय धरतो आमी. पण हे सोडू नकाशी.'

'अरे! मला वाटत नाही का? पण माझ्याजवळही तेवढी रक्कम नाही. आपण चेअरमन, डिस्ट्रिक्ट स्कूल बिल्डिंग्ज' यांना जाऊन भेटू व त्यांचाच सल्ला घेऊ.'

मी व कमिटीचे लोक मिळून आम्ही चेअरमनना भेटलो. त्यांना सर्व परिस्थिती सांगितली. 'कॉन्ट्रॅक्ट बेसिस' वर आम्हीच ते काम स्वीकारले तर पैसे आजच भरावे लागणार नाहीत, असे त्यांनी सुचवले. आम्ही जसजसे काम करू तसतशी सरकार त्या खर्चाच्या तीन चतुर्थांश रक्कम आम्हाला देणार होते. आम्ही ते मान्य केले आणि तसा बाँड लिहून देऊन आम्ही परत आलो. अदमासे तीन हजार रुपये जमले होते; त्याच्यावर सुरुवात करण्यास कोणतीच हरकत नव्हती, गावाला येऊन ए. डी. आय. ई. व ओव्हरसिअरने पायाचा नकाशा काढून दिला, आणि एक चांगला दिवस बघून पायाचे काम सुरू करण्यास सारा गाव शाळेच्या जागेवर जमला. कुणीतरी माझे नाव सुचविले; पण मी नकार दिला. शेवटी एका वयोवृद्ध शेतकऱ्याच्या हस्ते पाया काढला गेला; प्रसाद वाटला गेला. जमलेल्या गावकऱ्यांना मी सारी परिस्थिती सांगितली व शाळेच्या कामाला हातभार लावण्याची सर्वांना विनंती केली.

गावात आठदहा गल्ल्या होत्या. एकेक गल्लीतील लोकांनी एक एक दिवस

श्रमदान केले तरी शाळा सरकारकडून येणाऱ्या पैशात पुरी होईल, असे मी बोलून दाखवताच सर्वांनी ती सूचना आनंदाने मान्य केली. मग सर्व गल्ल्यांचे वार नेमून दिले. पहिल्या चार दिवसांतच शाळेचा पाया खोदून झाला. वडारांनी आणलेल्या दगडांचा ढीग पडू लागला; चुन्याचा घाणा फिरू लागला. दगडाचे थर एकमेकांवर बसू लागले. आतून मातीचे काम व दरजा तेवढ्या चुन्याच्या करायच्या असे मी ठरवले होते.

पण धोंडिबा म्हणाला, 'सरकार, आता माणसं फुकट राबत्यात. सगळंच काम चुन्यात करू या. एकदा करायचं ते घट्ट करू या. काय पैसे कमी पडले तर पुढं बघू या. करायचंच तर गावात नाव होऊन जाऊ दे.'

एकदा चांगले काम करायचे म्हटल्यावर सगळ्याच बाबतीत ते आले! शहराला जाऊन लाकूड खरेदी केले; त्याचे नग पाडून घेतले. लोखंडी सामान खरेदी केले. शाळेच्या इमारतीजवळ छप्पर उभारून त्यात सर्व सामान ठेवले. बांधकाम हळूहळू चढत होते. चुन्याच्या घाण्या फिरत होत्या; पण हळूहळू कामावरची माणसे कमी होत होती. असे होता होता एक दिवस शाळेच्या जागेवर फक्त मी व कारभारी हजर राहिलो. पायाच्या वर बांधकाम दोन फूट चढले होते.

कमिटीच्या लोकांना मी बोलावून घेतले. मी विचारले, 'काय चाललंय्?'

'कुठं काय सरकार?' धोंडिबा म्हणाला.

'माणसं कुठं आहेत?'

'अरेच्या! आली नाहीत वाटतं! तरी मला संशोव होताच.'

'कसला?'

'सरकार, हे औताचे दिवस, मजुरी केल्याबिगार घरात खायला तुकडा न्हाई. आता मानसं कशी येनार?'

माझा राग शक्य तो आवरून मी म्हणालो, 'मग आता?'

'सुगी, येईपातूर हे चालायचं असंच. येतील त्यांच्यावर भागवून न्यायला पायजे.'

'अरे! पण आपण बाँड लिहून दिलाय. ठराविक दिवसांत शाळा पुरी करून दिलीच पाहिजे.'

'आँ ऽऽ हे तिरपागडंच झालं म्हणायचं!' टाळा पसरत धोंडिबा म्हणाला, 'आनी आत्ता वो ऽऽ'

शेवटी आठ आणे मजुरीने काम पुरे करून घ्यायचे ठरले आणि दुसऱ्याच दिवशी कामावर पन्नास माणूस हजर झाले. चुना, दगड, चौकटी, मजुरी ह्यात पैसा भराभरा संपत होता. आठवड्याला येऊन ओव्हरसिअर काम बघत होता. सरकारने घ्यायचे अठरा हजार केव्हाच संपले होते; शाळा पुरी करून घ्यायची जबाबदारी आता आमची होती. बेळगावहून माझ्या नावावर आणलेले सिमेंट, लाकूड, लोखंड सामान

वगैरे धरून शाळेचा खर्च जवळजवळ तीस हजारांच्या आसपास जात होता.

शाळेचे सर्व काम पुरे झाले होते; आता फक्त वरचे छप्पर राहिले होते; धोंडिबा मला म्हणाला, 'सरकार! हत्ती गेलं आणि शेपूट राहिलं. लई घोळ केला ह्या शाळंनं. आता तुम्हीच मनावर...'

'नाही धोंडिबा, आता माझ्याजवळ एक पैसाही नाही!' मी निक्षून सांगितले.

'पैसं नकोत सरकार. आम्हांपाई तुमी लई सोसलंसा. देवळात तुमची तोडलेली लाकडं हाईत. अशीतशी बादच व्हनार ती. ती शाळंला घातलीसा तर छप्पर पुरं व्हईल!'

सारा गाव मला हसतो ह्याची जाणीव मला होत होती; माझ्या घरचेही लोक माझ्याकडे मिस्किलपणे पाहात होते. मी हट्टालाच पेटलो होतो. शाळा पुरी करण्याखेरीज गत्यंतर नव्हते. शेवटी शाळेचे छप्पर माझ्या लाकडांनी पुरे झाले. आता कुंभारांनी कबूल केलेल्या खापऱ्या बसवल्या की, मी मोकळा होणार होतो.

पण दुसऱ्या दिवशी सकाळीच गावच्या कुंभारांनी वाड्यात धरणे धरले. मी विचारले, 'का रे?'

'सरकार, शाळेवर फुकट खापऱ्या घाला म्हनत्यात.'

'अरे, पण तुम्हीच कबूल केलं होतंत की!'

'सगळ्यांनीच तसं केलं असतं, तर थे निराळं व्हतं; सगळ्यांनी पैसं घेतलं आनी आमी गरीबांनी मातूर...'

शेवटी दर आठवून मी त्यांना खापऱ्या चढवण्यास सांगितले.

शाळा पुरी झाली; शाळेचा खर्च वीस हजार रुपये पाचशेसाठ रुपये आला होता, उधारी वगैरे धरून माझ्यावर नऊ हजारांच्या आसपास बोजा होता. पण शाळा पुरी झाल्याचे समाधानही होते. साऱ्या गावात शाळा उठून दिसत होती. आठ खोल्यांची शाळा नजरेत भरत होती.

कमिटीचे लोक मला म्हणाले देखील, 'सरकार, मानूस काय; आज हाय आनी उद्या न्हाई! पण तुमचं नाव मातुर गावात कायम राहील!'

शाळेचे उद्घाटन कुणाच्या हस्ते करावे हा मोठा प्रश्न होता. कमिटीच्या लोकांना मी ना. भाऊसाहेब हिरे, कर्मवीर भाऊराव पाटील वगैरे नावे सुचवली पण एवढ्या मोठ्या लोकांना फक्त शाळेसाठी आडवाटेला खेडेगावात बोलवायचे कमिटीच्या लोकांना कसेतरी वाटले. शेवटी पाहुणा मिळवायचे काम मी त्यांच्यावरच ढकलले.

दोन दिवसांनी धोंडिबा वाड्यात आला.

'काय धोंडिबा, पाहुणे सापडले?'

'तेच विचारापायी आलो. सारे म्हनत्यात आमदार आर. एस. चंदगडकरांस्नी बोलवावं म्हणून. आमच्याच भागातनं इलेक्शनात गेल्यात ते.'

'बोलवूया की तुम्हाला पसंत असेल तर. घालूया त्यांना पत्र.'

आमदार चंदगडकरांचे शिक्षण जरी 'बेताचे' होते, तरी ते निवडणुकीला उभे राहण्यापूर्वी अ. भा. म. का. शे. से. का. पक्षाचे ह्या भागातील प्रमुख ते होते. त्यांना आम्ही पत्र घालताच उलट टपाली आमंत्रण स्वीकारल्याचे त्यांचे पत्र आले. ते पाहून आम्हा सर्वांना आनंद झाला. दिवस ठरला; शाळा रंगीबेरंगी माळांनी सजवली गेली. शाळेच्या साफ केलेल्या अंगणात वाड्यातून पालपट्ट्या नेऊन अंथरल्या; टेबल-खुर्च्या मांडल्या. माझ्या सर्व श्रमाचे सार्थक त्या दिवशी होणार होते.

पाहुणे स्पेशल टॅक्सीने भादरवाडीला आले. वाड्यात चहाफराळ होऊन आम्ही सभास्थानी गेलो. शाळेचे सारे पटांगण माणसांनी फुलून गेले होते. सभेचा अध्यक्ष मीच होतो. सुरुवातीला आमच्या गावची माहिती पाहुण्यांना मी सांगितली. आमच्या अडचणी सांगितल्या आणि पाहुण्यांची लोकांना थोडी ओळख करून देऊन, पाहुण्यांना चार शब्द बोलण्याची विनंती केली.

पाहुणे उभे राहिले. ते बोलत होते—

'...कामाची गर्दी असताही, सारी कामं बाजूला टाकून मी इथं धावत का आलो?...जनतेनं आपल्या श्रमांनी बांधलेली ही शाळा मला ताजमहालापेक्षा प्रिय वाटते. सरकार जिकडं दुर्लक्ष! करतं त्या गोष्टी आपण अशाच करून घेतल्या पाहिजेत—तरच आपण पुढं येऊ!...ह्या शाळेला शिवाजी विद्यालयापेक्षा 'जनता विद्यालय' हे नाव दिलं तर अधिक योग्य आहे. (टाळ्या)...आज अध्यक्षस्थानी असलेल्या इनामदारसाहेबांनी ह्या शाळेसाठी फार मदत केली असं मी ऐकतो. (साऱ्यांची नजर माझ्यावर खिळते. मी विनयाने खाली पाहतो.) मी तुमचा पुढारी आहे असं ह्यांनी बोलताना सांगितलंच आहे. ते कर्तव्य मला पार पाडलंच पाहिजे. इनामदारांनी शाळेला मदत केली ह्यात काही मोठे उपकार त्यांनी केले नाहीत हे मला सांगितलंच पाहिजे. (सभेत एकदम शांतता.) आजवर कुठे ह्यांनी शाळा बांधल्या नाहीत? आत्ताच का?...मी सांगतो. ह्यांना आपली जमीनदारी टिकवायची आहे! वेळ बदलली–हे बदलले. पण आम्ही बदललो नाही. (टाळ्या) शाळेला खर्च केलेला पैसा त्यांनी आणला कोठून? लोकहो, तो तुमचा घामाचा पैसा आहे. तुमचा पैसा तुम्हाला दिला ह्यात उपकार कसले? (टाळ्यांचा गजर)...'

पुढचं व्याख्यान मला फारसे ऐकू आले नाही. भाषण संपल्यावर मी पाहुण्यांच्या गळ्यात हार घातला. शाळेचे नाव 'जनता विद्यालय' ठेवले गेले. शाळेच्या लायब्ररीला पाहुण्यांनी पाच रुपये मदत जाहीर केली. पाहुण्यांना घेऊन मी वाड्यात आलो.

वाड्यात फराळ करताना ते मला म्हणाले, 'इनामदारसाहेब, मी बोललो म्हणून राग मानू नका. मी बोललो ते तुम्हाला उद्देशून वैयक्तिक नव्हतं. जनतेची दु:खं

पाहिली की, मला संताप येतो. मी बोललो ते साऱ्या इनामदारवर्गाला उद्देशून होतं. आजचे मासीस ते एक्सप्लॉईट करतात; बिचाऱ्या अडाणी व भोळ्या जनतेला सावध करणं मी माझं कर्तव्य समजतो.'

पाहुणे गेले. दुसऱ्या दिवशी कमिटीचे लोक परत वाड्यात आले. धोंडिबा म्हणाला, 'सरकार! त्या कुंभारांचे पैसे द्यायला पाहिजेत. लई घाईला आल्यात ते.'

माझा सारा संयम सुटला. मी ओरडलो, 'चालते व्हा वाड्यातून! हरामखोर! मला काही माहीत नाही. तुम्ही आणि तुमची शाळा खड्ड्यात गेली तरी मला सुतक नाही! बुडवे लेकाचे! जा चालते व्हा!'

क्षणाच्या आत कमिटीचे लोक पसार झाले आणि गावात आणखीन एका भांडवलदाराची भर पडली!

देणं

❀

मृगाच्या आधीच सुरू झालेला पाऊस श्रावण संपला तरी ओसरला नव्हता. पिकाला हंगाम नव्हता. झालेल्या पुरात निम्मा शिवार वाहून गेला होता. दुसऱ्यांदा पेरा करून गावची माणसे हंगामाची वाट बघत होती. चार दिवस पाऊस थांबला आणि माणसांची एकच धावपळ उडाली. भांगलण होती. हुटे होते. नाचण्याचा पेरा होता. सारे पाऊसझड धरायच्या आत आटपायचे होते. पावसाचा भरवसा आता कुणाला वाटत नव्हता. नदीचे पाणी तास सोडून कधी खाली गेले नव्हते.

संध्याकाळच्या वेळी शिवारातून माणसे उतरत होती. चिखलात माखलेले पाय नदीत धुऊन गावात शिरत होती. तुकाराम पाटील आपल्या घराच्या दारात आला, त्याच वेळी घरातून बाहेर पडणारा रामू शिंदे त्याला दिसला. रामू मध्यम वयाचा, तुकाच्या बापाचा दोस्त. तुकारामाकडे लक्ष जाताच रामू थांबला.

'कोन तुका? आत्ता आलास शेतावरून?'

'तर काय काका? आज ईस बाया होत्या भांगलनीला. काय न्हवंच ते, रान आनी भात सारखंच दिसतंया.'

'मंग झाली भांगलन?'

'कुठली भांगलन सरतीया, दिवसाला गादा होत न्हाई. मिळाला हंगाम तर जमनार सारं.'

'गावचा शिवार गेला. भात जाग्याला राह्यलं, तेच नशीब समज.'

'व्हय, ते मातूर खरं.' तुका म्हणाला.

'तुका! जरा आत ये.' रामू म्हणाला.

रामू फिरला. त्याच्या पाठोपाठ तुका गेला. आतल्या सोप्यात गेल्यावर तुकाने विचारले,

'काय काका?'

'अरं तुझ्या बाला कधी बघिटलास का?'

'म्हंजे!'

'जोतीकडंच बसलो व्हतो मी! मला त्याचा भरंवसा दिसत न्हाई!'

'काय सांगता?' तुका आश्चर्याने म्हणाला.

'खरं तेच सांगतो! कवा भेटला व्हतास बाला?'

'आता ह्या चार दिसांत येळच झाला न्हाई. ह्यो हंगाम. घरीबी कुनी न्हाई.'

'चांगलं!' उसासा सोडून रामू म्हणाला, 'तुका, तुला वाईट वाटंल बोललो तर, पन जोती आनी मी एका वारगीचं. बघवत न्हाईत त्याचे हाल. अरं, जंवर जोती उभा व्हता, तंवर गाव हलायचं. धा गावांत त्याचा दरारा. घरदार, शेतीवाडी सारं उभं केलं त्यानं. त्योच आज घानीत लोळतोय् आनी तुमाला दिसत न्हाई?'

'काका, महिनाभर शिव्हिलात नेलं; काय सुदीक गुन पडला न्हाई. त्योच म्हनला मला घरला न्या.'

'आनि म्हनून असा टाकलासा? अरं, त्याला जीवमान असं पातूरतीर औषधपानी करशील का न्हाई?'

'गावातल्या डागदराचं औषध हाय की चालू?'

'तू दिलं व्हतंस?'

'न्हाई.' तुका चाचरला, 'पन महादूला सांगितलं. त्योच बघतोय सगळं.'

'मग त्याला इचारलंस? कुठं हाय म्हादू?'

'ईल मागनं. मी पुढं आलूं.'

'दैत्यासारखी दोन पोरं घरात, सुना घरात, आनि त्याची ही तऱ्हा!'

'आज बघतो काका!'

'काय बघतोस लेका! सारा गाव येऊन जातंया, पन तुला बाची खबर न्हाई. अरं, कुस्तीला उभा व्हायला तर धा गावात जोड सापडायची न्हाई असा तुझा बा, वर्सात वळखंनासा झाला. हतरुनात चाचपून बघावं लागतंय त्येला. शेवटल्या येळंला त्याचं हाल करू नगासा. जातू मी. बा तुमचा. तुमचं तुमी ठरवा. जे दिसलं ते सांगिटलं.'

रामू खाली मान घालून निघून गेला. काही वेळ तुका तसाच उभा होता. एका पाठोपाठ चार आखणे ओलांडून तो पाठीमागच्या आखणात गेला. दरवाज्यातून येणारा प्रकाश तेवढाच तेथे दिसत होता. बाकी सगळीकडे काळोख होता. तुका ओरडला :

'अरं, दिवा तरी आना!'

थोडा वेळ गेला आणि तुकाच्या बायकोने दिवा आणला. खणाच्या कोपऱ्यात ठेवलेल्या खाटल्याकडे तो गेला. त्याने दिवा वर धरला. जोती पाटलाचे डोळे मिटलेले होते. श्वास जोरात चालला होता. तोंड किंचित उघडे होते. जोती पाटलाचा चेहरा भयाण दिसत होता. तुकाने हाक मारली—

'बाबा!'

जोतीने डोळे उघडले. त्याने पडल्या जागेवरून तुकाकडे पाहिले. धाप टाकत

तो म्हणाला, 'बरं हाय!'

'कळ हाय पोटात?'

'ह्याऊदे!' जोती म्हणाला. त्याने परत डोळे मिटले. पाठीमागे चाहूल लागली. तुकारामाने वळून पाहिले. पाठीमागे त्याचा भाऊ महादू उभा होता. महादूने एकवार जोतीबाकडे पाहिले आणि तो तुकारामाला म्हणाला,

'उद्या मानसं सांगायची?'

'हं.' दिवा जमिनीवर ठेवीत तुका म्हणाला, 'चल बाहीर.'

तुका-महादेव बाहेर आले. तुकाने विचारले, 'डागदार कवा आला व्हता?'

'आठ दिस झालं असत्याल.'

'औषध आनतुयास नव्हं?'

'व्हय.'

'आज दिलं व्हतं?'

'न्हाई. सपलंया!'

'कवा सपलं?'

'चार दीस झालं. ह्या भांगलनीत सुदारलंच न्हाई. आनी दादा, त्या औषदानं गुन बी न्हाई.'

'पन गाव तोंडात शेन घालतंया नव्हं! असाच जा आनी डागदराला घेऊन ये!'

'मानसं बी सांगू नव्हं!' महादूने विचारले.

'तुझा बा मरायला टेकलाय् आनी मानसं सांगतोस? जा आधी डागदराला पुढं घालून घेऊन ये.'

महादू बाहेर पडला. डॉक्टर आला. त्याने जोतीला तपासले. तो बाहेर आला तेव्हा तुकाराम, महादू त्याच्याकडे पाहात उभे होते. बाहेरच्या सोप्यात ठेवलेल्या खुर्चीत बसत,सिगरेट पेटवत डॉक्टर म्हणाले,

'पाटील, खरं सांगू, थोरल्या पाटलांचा आता भरवसा नाही.'

'काय म्हनता?' तुका कपाळावर आठ्या घालीत म्हणाला.

'खरं तेच सांगतो. त्यांना ताप ओ. श्वास लागलाय. दुखणं अवघड, जुनं निदान औषध वेळेवर दिलं असतं तर आणखीन दिवस गेले असते.'

'इंजशिन करा!' महादू म्हणाला.

डॉक्टर हसले. ते म्हणाले, 'आता तेसुद्धा सहन व्हायचं नाही त्यांना. पंधरा दिवसांत तुम्ही फिरकलासुद्धा नाही. औषधही नेलं नाही. मला काही सांगितलंही नाही.'

'पंधरा दिवस!' तुकाने महादूकडे पाहिले. महादूने नजर वळवली. तुकाराम म्हणाला, 'मग औषध पाठवता नव्हं?'

'देतो. कुणाला तरी पाठवा.' डॉक्टर उठत म्हणाले.

'मी येतो.' महादू म्हणाला आणि तुकारामाकडे न पाहता, डॉक्टरांची बॅग घेऊन डॉक्टरांच्या पाठोपाठ घराबाहेर पडला.

दुसऱ्या दिवशी सकाळी रामू, पाटलांच्या घरी आला. नेहमीप्रमाणे तो सरळ आत गेला. जेथे जोती पाटील झोपला होता तिथे तो गेला. तुकाराम, महादू तेथे उभे होते. त्यांना पाहून रामूला आश्चर्य वाटले. रामू म्हणाला,

'शेतावर गेला न्हाईस?'

'कुठलं शेत? सकाळधरनं चहाचा घुटकाबी गिळला न्हाई. सारं अंग तापलंया. निपचित पडून हाय. रामूकाका, जर बाहीर येता?' तुका म्हणाला.

'चल' म्हणत तुकारामापाठोपाठ रामू बाहेर आला. तुकाराम डोके खाजवीत काही वेळ उभा होता. तो म्हणाला,

'काल डागदर आला व्हता; लई येळ झाला म्हणत व्हता.'

'ते सांगाय डागदर कशाला पायजे? सुटू दे बिचारा! ह्या वरसात लई हाल झालं बिचाऱ्याचं. येवढं घरदार केलं. तुम्हा पोरास्नी लहानाचं मोठं केलं. तुमचं लगीन केलं. घरदार भरलं त्यानं. गावाच्या अडीअडचणीला उभा ऱ्हायला. सवताचं नाव केलं त्यानं. पन त्याच्या यळंला कुनी उभा ऱ्हायला न्हाई!'

'काका...'

'काय सांगू नगंस तू. सारं ठावं हाय मला. दिवसा उजेड दावाय लागतो अशा जागंत टाकलंसा त्याला! येवढं मोठ्ठ घर – दुसरी जागा न्हाई व्हंय त्याला? वशीद सुदीक दिलं न्हाईसा; पैसं नव्हतं तर मला सांगायचं व्हतं. काय माझ्या पदरनं देनार व्हतो? त्याचं पैसं त्याला दिलं असतं.'

'आँ?' महादूने डोळे विस्फारले.

'आँ काय?' रामू म्हणाला, 'वर्सामागं पोरीचं लगीन उभं केलं. कपड्यांतच सारा पैसा खलास. आब्रू जायची येळ आली. जोती उभा ऱ्हायला. त्यानं दोनशे रुपये हातात दिल. म्हनला, 'अरं रामू, तुझी पोर ती माझी पोर.' कोन म्हनंल असं?'

'हे मातूर ठावं नव्हतं! आईच्यान्!' तुका म्हणाला.

'अरं! तो काय सांगनारा गडी? असं किती जनास्नी पैसं दिले असतील याचा काय हिसाब हाय? जोतीला देयाचं माहीत; घेयाचं नव्हं.'

'असं म्हंतासा?'

'खोटं न्हाई म्हनत मी. सगळ्या गावाला ठावं हाय हे! मी घरचा म्हनून सांगीटलं. बाकीचं कोन सांगल? खुळ्यांनो, निदान बापाला देनंघेनं तरी इचारून घ्या. तवंर तरी त्याच्याकडं बघा.'

रामू जसा निघून गेला तसे तुकाराम-महादू कट्ट्यावर डोक्याला हात लावून

बसून राहिले. एकदम तुकाराम उठला. तो महादूला म्हणाला,

'ऊठ.'

महादू ताडकन् उठला. तुकारामापाठोपाठ तो आत गेला. तुकारामाचा पलंग उचलून दोघांनी बाहेरच्या सोप्याच्या खोलीत आणला. बघता बघता तुकारामाने त्यावर आपली गादी पसरली. अंथरुण-पांघरुण घातले. हातावर बापाला घेऊन तुका बाहेर आला. त्याने अलगद जोतीला पलंगावर झोपवले. हे बघत दोघांच्याही बायका दाराशी उभ्या होत्या. त्यांच्याकडे वळून तुका म्हणाला,

'आमी डागदर घेऊन येतो. तवंर बघा.'

दवाखान्यात डॉक्टर बसले होते. तुकाराम-महादूला पाहताच डॉक्टर म्हणाले,

'या पाटील! काय म्हणतात थोरले पाटील?'

'काय नव्हंच ते! आज सकाळधरनं काय सुदीक पोटात गेलं न्हाई. आंग फनफनलंया. कनतबी न्हाई. तुमास्नी बोलवायाच आलू व्हतो.'

'पाटील, खरं सांगू? आता औषधाचा उपयोग होईल असं वाटत नाही. आजचं मरण उद्यावर ढकलायचं येवढंच.'

'तेवढं झालं तरी रेट झालं. लई गुतागुत करून ठेवलीया. काय बोलला बी न्हाई. डागदर, एक दीस का होईना, पन बोलता करा त्याला. न्हाईतर सगळं चोरापोरी जाईल.'

डॉक्टर हसले. तुकारामाने दहाची नोट काढून टेबलावर ठेवली आणि तो म्हणाला, 'खर्चाची काळजी नगं. एक सोडून दोन इंजशिना करा. पन बोलतं करा त्याला.'

दहाची नोट खिशात घालीत कपाटातील औषधे पेटीत भरायला डॉक्टरांनी सुरुवात केली. पेटी बंद करून ती महादूच्या हातात देत ते म्हणाले, 'चला, बघू या.'

जोती पाटील निपचित पडून होता. डॉक्टर येताच दोन्ही सुना उठून आत गेल्या. डॉक्टरांनी पाटलांना तपासले. ताप बघितला. डोळे पाहिले. पाणी तापवायला सांगून त्यांनी बॅग उघडली.

पाटलांना टोचून झाल्यावर डॉक्टर म्हणाले, 'तासाभरात शुद्धीवर येतील. चहा करून द्या घेतला तर. मला वाटतं, पाटील बोलू शकतील. पण किती वेळ बोलतील ते सांगता यायचं नाही. मी जातो. गरज लागली तर बोलवा मला.'

डॉक्टर गेले. तुकाराम बापाच्या डोक्याशेजारी येऊन बसला. तो स्थिर नजरेने बापाकडे पाहात होता. जोतीचा श्वासोच्छ्वास ऐकू येत होता. पण तो डोळे मिटून पडून होता. बराच वेळ गेला आणि जोती कण्हला. त्याबरोबर तुकारामाने जोतीकडे पाहिले. त्याच्या ओठांची हालचाल होत होती. तुकाराम महादूला म्हणाला,

'म्हाद्या पळ, रामूकाकाला म्हणावं असाल तसं निघून या.'

महादू पळाला. जोती भानावर येत होता. डोळ्यांची उघडझाप करीत त्याने डोळे उघडले. उशाशी बसलेल्या तुकारामाकडे पाहिले. तुकाराम हसला. तुकारामाने वाकून विचारले,

'च्या घेनार?'

'दे' – जोती म्हणाला.

दाराशी उभ्या असलेल्या सुना आत पळाल्या. पायरी चढत असलेला रामू तुकारामाला खिडकीतून दिसला. रामू सोप्यावर येताच तुकाराम म्हणाला,

'या काका.'

रामू आत आला. जोतीशेजारी जात तो म्हणाला, 'आता बरं वाटतंया न्हवं?'

हात हलवून जोती म्हणाला, 'आता बरं कसलं? एकदमच बरं वाटायचं.'

चहा आणला गेला. तुकारामाने जोतीला बसता केला. बशीत चहा ओतून फुंकून बशी जोतीच्या तोंडाला लावली. जोतीने कशीबशी बशी संपवली. परत चहा ओतीत असता जोती म्हणाला, 'पुरे!'

तुकारामाने कपबशी ठेवली. जोतीची धाप वाढत होती. तुकाराम खाकरून रामूला म्हणाला, 'काका, कुनाचा नेम काय सांगावा? आज हाय तर उद्या न्हाई. देनं घेनं काय हाय आनी काय न्हाई ते सांगीतल्याबिगर कसं कळनार?'

'खरं हाय! जोतीनं ह्याच्या आधीच सांगाय होवं होतं.'

जोतीबा ते शांतपणे ऐकत होता. तो म्हणाला, 'पोरा, कुळकर्ण्यांचं मागींदा शंभर घेतलं व्हतं ते देऊस पाहिजे.'

'व्हय, देऊ की!' कान टवकारून तुकाराम म्हणाला, 'आनी...?'

'आनी सोसायटीचं चारशे रुपये हाईत. ते माहीतच हाय तुला. तेबी देऊस पाहिजे.' जोती कष्टाने बोलत होता.

'व्हय! आनि...' अधिरतेने तुकाराम म्हणाला.

'आनि काय न्हाई. असलंच तर किरकोळ. घरदार हाय, शेतीवाडी हाय. देनं येवढंच. गुऱ्हाळ झालं की फेड करा. बुडवू नका. रामू, पोरास्नी संभाळ नजर ठेव. रामा रऽऽ'

जोतीला ठसका लागला. रामूने गडबडीने पाण्याचा पेला जोतीच्या तोंडाला लावला. जोतीने घोट घेतला. त्याचे डोळे फिरत होते. रामू घाबरा होऊन म्हणाला, 'तुकाऽ'

तुकारामाने रामूला बाजूला ढकलले. जोतीचे खांदे धरून त्याने विचारले, 'आपलं पैसं कुनी देयाचं हाईत? कुनाला पैसं दिलंस?'

जोतीची नजर स्थिर झाली. त्याच्या चेहऱ्यावर हसू फुटले. तो म्हणाला, 'न्हाई

पोरा, आपलं येनं न्हाई. काय सुदीक येनं न्हाई. ज्याचं त्याचं देनं व्हतं ते देऊन गेले. फिटलं सगळं.'

जोतीने डोळे फिरवले. त्याची मान लटकी पडली. तुकाराम झटकन् मागे सरकला. तो म्हणाला, 'रामूकाका!'

रामूकाका हसत होता. मोठ्याने हसत होता. आणि हसता हसता तो रडू लागला. धाय मोकलून रामूकाका रडू लागला.

वादळ

❖

भर उन्हाचा औतावर उभा राहून सखाराम शेत दुरावीत होता. चारी बाजूंना काळाभोर शिवार पसरला होता. वैशाखाचा उन्हाचा ताव मी म्हणत होता. सखारामाचे लक्ष वारंवार गावाकडे जात होते. गावाकडे नजर टाकीत, चाबूक वाजवीत, तो औत हाकीत होता. उन्हाच्या माऱ्याने कासावीस झालेले बैल मान खाली घालून धिम्या पावलाने चालत होते. सखारामने कासरा ओढला आणि तो म्हणाला, 'होऽऽ'

बैल थांबले. सखाराम निरखून पाहात होता. गावच्या दिशेने शिवारातून एक तांबडा ठिपका येत होता. सखारामाने सूर्याकडे पाहिले. सूर्य डोक्यावरून मावळतीकडे कलला होता. खात्री होताच त्याने कासरा टाकला, बैल सोडले. आणि बांधावरच्या तोरामतीकडे तो चालू लागला.

सखारामाच्या शेतात बांधावर उंच गेलेले तोरामतीचे पांढरेखड झाड आजूबाजूच्या साऱ्या शिवारात एकटे उभे होते. तेवढी एकच सावली त्या शिवारात होती. वारा जरासुद्धा नव्हता. झाडाचे पानही हलत नव्हते. तो उंच वृक्ष आपल्या बुंध्याशी सावली गोळा करून उन्हात तापत उभा होता. सखारामने सावलीला बैल बांधले. झाडाच्या खोडाशी ठेवलेल्या गाडग्यातले पाणी घेऊन त्याने चुळा भरल्या तोंड धुतले. डोक्याचा रुमाल काढून आपले घामेजलेले अंग टिपीत तो खोडाला टेकून बसला. सावलीत बैल पाय मुरचडून बसले होते. डोळे मिटीत होते. मधूनमधून रिकाम्या दाढीची हालचाल करीत होते.

सखारामाची बायको नानी भाकरी घेऊन आली. गेल्या वर्षी बेंदरात घेतलेले ठेवणीचे तांबडे लुगडे ती नेसली होती. तिच्या गोऱ्या कानशिलावरून घामाच्या धारा वाहात होत्या. नानीने भाकरी सोडली आणि सखारामासमोर ठेवली; कानशिलां- वरचा घाम पदरानं टिपीत बसली. सखाराम शेताकडे बघत, भाकरीचे घास मोडीत होता. अर्धेअधिक शेत दुरावून झाले होते.

भाकरी खाऊन होताच नानीने शिल्लक राहिलेली भाकरी बैलांच्या तोंडात दिली. झाडाच्या सावलीत पडूनही, सखारामाच्या फासळ्या वरखाली होत होत्या. त्याचे काळेकुळकुळीत अंग घामाने पुरे भिजले होते. उघड्या शिवारात उठणाऱ्या झळा त्याच्या नाकात शिरत होत्या. तो उठून बसला. पाणी घेऊन त्याने तोंड धुतले.

डोक्याला रुमाल बांधून तो उठला. बैल औताला जुंपले. चाबकाचा आवाज होताच बैल जमिनीत पाय रुतवीत चालू लागले. जमीन दुभंगून शेतातील बारीक ढेकळे वर पडू लागली.

नानी झाडाच्या सावलीत बसून हे सारे पाहात होती. तिने आकाशात नजर टाकली. उगवत्या बाजूला ढगाची फळी धरत होती. मोठमोठाले काळेपांढरे ढग चारी बाजूंनी गोळा होत होते. पूर्वेला त्यांची थप्पी रचली जात होती. वाऱ्याचा पत्ता नव्हता. झाडाचे पानही हलत नव्हते. नांगराचे फाळ जमीन भेकलीत पुढे जात होते. पाठीमागे जमिनीवर मातीचे वळ उठत होते. मानेवर जू घेऊन बैल चालत होते. त्यांच्या शेपट्या वळवळत नव्हत्या, कान हलत नव्हते. ते निपचितपणे खाली मान घालून उन्हात तापत चालत होते. थोडा वेळ नांगर चालला आणि सखाचा जीव कासावीस झाला. तो झाडाखाली बसला.

नानी म्हणाली, 'ऊन लै! बसा वाईच.'

'खुळी का काय?' सखा म्हणाला. 'ते बघ, फळी कशी धरलिया ती. पडलाबिडला तर येवढं करून वाया हुईल. पानी दे.'

नानीने तांब्या दिला. सखा घटाघटा पाणी प्याला. थंड पाण्याचा शिडकावा तोंडावर केला. रुमालाने घाम टिपला आणि त्याने चंची काढली.

सुपारी कातरून त्याने नानीच्या हातावर दिली. पान जुळवीत तो नानीला म्हणाला, 'गेल्या वर्साला दुरावनी पुरी करून मोकळा झालो व्हतो म्या! साऱ्या गावचा शिवार तयार झाला तरी माझी दुरावनीच चाललिया.'

'हुईल की!' नानी खांड चघळीत म्हणाली.

'हुईल काय? मिरग तोंडावर आला—अजून कुळवणी, हेंडोर, हलका, एक हजार भानगडी हाईत.'

सखाने शेताकडे बघत पान खाल्ले, आणि तंबाखूची चिमट तोंडात टाकीत त्याने चंची नानीकडे फेकली. नानीने पान जुळवीत विचारले,

'मग मी जाऊ न्हवं?'

'कुठं?'

'बा लई जेर हाय म्हनून म्हंगावकर म्हनत व्हता.'

सखारामाच्या डोक्याला आठी पडली. पचकन थुंकत तो म्हणाला, 'धा-दीसबी झालं न्हाईत तुला बाला भेटून!'

'पन लई जेर हाय म्हनं!'

'अग, पन हे घातीचं दीस. घरात कोन हाय? अशा वक्ताला तू गेलीस तर एकटा काय करू मी? आणि तसा जेर असता तर सांगावा नसता आला?'

'त्यो म्हंगावकर कशाला खोटं बोलंल?'

'अग, पन घातीचं दिवस. कुठलं म्हणून बघू म्या! –शेत बघू, बैल बघू, का घरात रांधू?'

'दोन दिसांत ईन माघारी.'

'जवळ हाय काय तुझं माहेर? जाता येता चार रुपये तर भाडं पायजे.'

'बागवानीन देतो म्हनलिया.'

सखा कावला. तो म्हणाला, 'जायचं न्हाई. बघू या पुढं.'

'पुढं कवा? बा गेला तर भेटवशिला?' नाकपुड्या फुलवीत नानी म्हणाली. सखाने पाहिले तो नानीचा गोल चेहरा फुलला होता. सखाची नजर वळताच नानीने डोळ्याला पदर लावला. सखा ओरडला,

'रडतीयास कशापायी? अजून बा मेला न्हाई. हाय जिता. ह्या गमजा मला दावू नगंस. जायचं न्हाई सांगून ठेवतो.'

नानीने डोळ्याचा पदर काढला. ती त्वेषाने म्हणाली, 'जानारच मी.'

'जानार तर मर जा!' म्हणत सखाने पडलेला चाबूक उचलला. नानी ओक्साबोक्शी रडू लागली. तिचा सूर वाढत होता. ते ऐकून सखाचा जीव घुटमळला. तो ओरडला,

'बायली रडतीयास कशाला? जीव घेतला का काय तुझा? जा मर जा; तुला बाची आप्रुपाई, नवरा मरंना हकडं! जा म्हंतो न्हवं—जा!'

चंची फेकून तावाने नानी उठली. तिने पाण्याचे भांडे, भाकरीचे फडके उचलले आणि नाक ओढत सखाकडे न पाहता, ती चालू लागली. नानी नजरेपार जाईपर्यंत सखा तिच्याकडे पाहात बसला. त्याच्या कपाळाची शीरन्शीर उठली. चाबूक घेऊन त्याच तिरमिरीत तो उठला आणि औतामागे उभा राहून त्याने फाड्फाड् असे चाबूक बैलांच्या पाठीवर ओढले. अचानक बसलेल्या माराने कळवळून त्या मुक्या जनावरांनी मुसंडी मारली आणि नांगराच्या तासाबरोबर जमिनीतील ढेकळं जमिनीवर पसरू लागली. सखा बैलांना अकारण मारीत होता, जनावरे पुढे धावत होती. नांगरावर ओझं टाकून ढेकळात पाय रुतवीत सखा मागून जात होता.

अचानक वारा सुटला. बघताबघता चारी बाजूंनी त्याने जोर केला. बांधावरच्या तोरामतीची वाळली पाने आकाशात भिरकावली गेली. वाऱ्याबरोबर येणाऱ्या शिवाराच्या झळा अंगाला जाणवू लागल्या. बैलांच्या नाकपुड्या कोरड्या पडल्या; ते जिभेने नागपुड्या ओलावू लागले. शिवारात एक धुळीचा लोट उसळला आणि भोवऱ्यासारखा गरगर फिरत आकाशाला टेकला. सखाला काही दिसेनासे झाले. डोळ्यांवर आडवा हात धरून त्याने वर पाहिले. आकाशात ढग उलथेपालथे होत होते. सखाने गावाकडे पाहिले. सारे गाव धुरळ्यात मुजले होते.

जरा वारा कमी होताच सखाने हवेत चाबूक फडकावला व तो ओरडला, 'दाऽऽ

लक्ष्या दाऽ'

आडव्या शेतावर बैलांचे फेर होत होते. अंदाजाने सखा नांगरी मारत होता. डोळ्यांत कचरा जाऊन त्याचे डोळे पाणावले होते. पावसाच्या आत शेत पुरे करायचे ठरवून सखा धडपडत होता.

अचानक वारा सुटला तसाच थांबला. सगळीकडे परत शांत झाले. हवेत भिरकावला गेलेला उरलासुरला गदाळा चकरा घेत जमिनीवर पडत होता. ढगांची फळी निम्म्या आकाशाला भिडली होती. पूर्वेला बेताबेताने ढग घुमू लागले होते. पश्चिमेकडे सूर्य दूरवर जात होता. गार वाऱ्याची झुळूक सखाच्या पाठीवरून गेली. आपोआप बैल थांबले. त्यांनी नाकपुड्या उंचावल्या, शेपट्यांची वळवळ केली, आणि त्यांचे पाखरलेले कान उगवतीचा अंदाज घेऊ लागले. ऊन असूनही आकाशात लखकन् एक वीज चमकली. पाठोपाठ आवाज घुमला. सखाने मागे वळून पाहिले. पूर्वेकडून पावसाचा काळाभोर पडदा आवाज करीत त्याच्या रोखाने येत होता. जमिनीची नांगरट तशीच राहिली. सखा पचकन थुंकला. पावसाने हे बरे केले नाही. पाऊस पडणार होता. सारे कष्ट परत सखाला करावे लागणार होते. अगदी एकट्याला. दोन-चार टपोरे थेंब त्याच्या मानेवर, छातीवर पडले. त्या स्पर्शाने त्याचे तापलेले अंग शहारले. भानावर येऊन सखाने मान वर केली. पावसाने त्याला गाठले होते. तो धावत सुटला आणि त्याने झाडाचा आडोसा गाठला.

तडतड पावसाचे टपोरे थेंब शिवारात पडू लागले. बघता बघता तिरक्या सरी कोसळू लागल्या. बैल उभ्या पावसात भिजत होते. मातीच्या उष्ण सुगंधाने सारे वातावरण भरून गेले. शेतातली ढेकळे पावसाच्या माऱ्यात फुटत होती, विरघळत होती. हळूहळू नांगरीच्या मारलेल्या तासांतून पाणी दिसू लागले. सखा खोडाला बिलगून पावसाचा मारा चुकवीत भकास नजरेने शेतातले पाणी पाहात होता. आकाशात विजा थैमान घालत होत्या. सूर्याने मावळतीकडे ढगांच्या आड केव्हाच तोंड लपविले होते.

एक वीज झाली आणि पाठोपाठ मोठा आवाज झाला. त्या आवाजाला बुजलेल्या एका बैलाने आपली मान सोडवली आणि तो चौखूर धावत सुटला.

एकापाठोपाठ बांध ओलांडीत बैल धावत होता. पुढच्या बांधापुढेच ओढा होता मोठी घळण होती. बैल पडला, पाय मोडला तर! सखा पावसाची पर्वा न करता सारे बळ खर्चून धावत सुटला. ओरडला, 'लक्ष्याऽ थांब थांब—लक्ष्याऽहो ऽऽ'

लक्ष्याने बांध गाठला, पण उडी घेतली नाही. तो तसाच थांबला. सखाने पळत जाऊन त्याची वेसण धरली. सखा पावसात पुरा भिजला होता. धापा टाकत काही क्षण ते दोघे तसेच पावसात उभे राहिले. सखाने बैलाला मारले नाही. शिवी दिली नाही. त्याचा जीव रडकुंडीला आला होता. त्याने आपल्या वेसणीला हिसका दिला

आणि वेसण धरून चिखल तुडवीत तो लक्ष्याला शेताकडे घेऊन येऊ लागला.

शेताच्या बांधाजवळ तो आला असेल-नसेल तोच डोळे दिपणारा आगीचा लोळ त्याच्यासमोर उतरताना दिसला. सखाने गपकन् डोळे मिटले आणि दुसऱ्याच क्षणी कड्कड्-कडाड-कड्ऽ असा कानठळ्या बसणारा आवाज आकाशातून उतरला. सखाच्या जिवाचे पाणी पाणी झाले. तशा पावसात त्याला झेंडू फुटला. त्याने डोळे उघडले. त्याच्या शेताच्या बांधावरच्या तोरामतीचा बुडखा उखडला होता आणि ते उंच, प्रचंड झाड मोठा आवाज करीत त्याच्या शेतात कोसळत होते. सखाने वेसण सोडली. त्याच्या तोंडून आवाज फुटेना. भीतीने अर्धमेला झालेला सखा थरथरत्या पावलाने उभ्यानेच शेतात कोसळला.

सखाने डोळे उघडले तेव्हा पाऊस कमी झाला होता. बैल सुखरूप होते. थोड्या अंतरावरच ते झाड पडले होते. अर्धे शेत त्याने व्यापले होते. मान वर करून सखाने ते सारे पाहिले आणि चिखलात बोटे रुतवून तो ढसढसा रडू लागला.

❖

गळछडी

❧

उन्हाच्या तापाने सारी धरणी कशी पोळून निघत होती. सारा शिवार निपचित पडला होता. गावच्या चिमुकल्या नदीला ठिकठिकाणी खंड पडले होते. नदीच्या कोंडी डबक्यासारख्या दिसत होत्या. साऱ्या शिवारात एक कळकाचे बेट नजरेत भरत होते. खराट्याच्या टोकासारखे त्याचे शेंडे उघडेबोडके पसरले होते. पिकल्या पानांमुळे सारे बेट कसे पिवळेझार वाटत होते.

शिवाऱ्यातल्या कळकीच्या बेटाखाली दहा एक वर्षांचा मल्या उभा होता. अर्ध्या मांड्यांपर्यंत आलेली चड्डी, खांद्यावर फाटलेला रेघारेघांचा शर्ट आणि डोक्याला गांधी टोपी घातलेला मल्या त्या बेटाचे शेंडे निरखीत होता. मल्याने बेटातला खाली आलेला, अर्धा वाळलेला शेंडा निवडला व नाक ओढत सारी ताकद लावून तो शेंडा खाली वाकवू लागला. चार हात लांबीचा शेंडा तोडून घेऊन तो त्या बेटाच्या सावलीत बसला. शेंडा तोडण्याने त्याचा चेहरा घामाने डबडबला होता. शर्टाने घाम पुसून त्याने शेंडा हातात घेतला आणि दगडाने तो त्याचे खाचोरे तासू लागला. काठी तयार होताच मल्याने खिशातून गळदोरी काढली. दोरीचा गुंता काळजीपूर्वक सोडवून गळ घट्ट बांधल्याची खात्री करून घेऊन त्याने त्या दोरीचे टोक त्या तयार केलेल्या छडीच्या टोकाला करकचून बांधले. त्या छडीला फेरे देऊन ती दोरी त्याने छडीला गुंडाळली आणि गळछडी घेऊन तो नदीची वाट चालू लागला.

नदीच्या काठावर जाऊन, ओली माती उकरून मल्यानं आठ-दहा चांगले लांबलचक दानवे पकडले आणि खुशीत नाक ओढत गळछडी हालवत नदीकाठाने, त्या रखरखत्या उन्हातून तो चालू लागला. कोंडीजवळ येताच मल्या थांबला. त्या कोंडीत गावचा भिम्या ठकार कंबरभर पाण्यात उभा राहून जाळे ओढत होता. ठाकराच्या टक्कलाच्या भोवतालचे पांढरे केस व मिशयांची पांढरी टोके त्याच्या काळ्या तेलकट अंगावर उठून दिसत होती.

कोंडीच्या काठाला मल्याने जागा निवडली. गेनाची काठी गळाच्या टोकापासून दोन हातांवर बांधली आणि देवाच्या पाया पडून त्याने दानवा लावलेला गळ नदीत सोडला. पाण्यातल्या लाटांबरोबर गळ हळूहळू आत जात होता. गेन पाण्यावर

तरंगत होता. त्या गेनाकडे टक लावून गळछडीचा दांडा दोन्ही हातांत गच्च धरून मल्या उकिडवा बसला होता. त्याच वेळी गेन थरारला आणि मल्याने सपकन् काठीला झटका दिला. पण गळ रिकामा होता.

'च्यायला! फसवल्यान्!' म्हणत मल्याने गळ हातात घेतला. दुसरा चांगला दानवा बघून त्याने तो नखाने ताणून खुडला व गळाला लावला. पुन्हा त्याने गळ पाण्यात टाकला. असे दोन चारदा झाले. ठाकरानेही दोनदा जाळे टाकले, पण त्यालाही काही मिळाले नाही. उनाचा ताव वरून वाढतच होता. पण मल्या त्याला कंटाळणारा नव्हता. त्याने गळाला परत दानवा लावला आणि गळावर थुंक मारून त्याने गळ पाण्यात टाकला. प्रत्येक वेळी गळाला झटके देताना होणाऱ्या आवाजाने भिम्याचे लक्ष मल्याकडे गेले. त्याने हाक दिली,

'काय रे मल्या?'

'काय?' शेंबूड अस्तनीला पुसत मल्या म्हणाला.

'ढोरं घेऊन आलास व्हय?'

'व्हय.'

'मग कुठं हाईत ती?'

'आलो खाडीवर सोडून, हाईत दुसरी पोरं.'

'आनी जनावरं बघायची सोडून, मासं मारत बसलायस व्हय? तुझ्या बाला समजलं तर?'

ते ऐकून मल्या भिम्याकडे बघतच राहिला. एक दोनदा जनावरे अशीच कोंडवाड्यात गेली होती आणि त्यासाठी मल्याने बापाचा बेदम मार खाल्ला होता. तरीही तो उसन्या अवसानाने म्हणाला,

'जात्यात कुठं जनावरं?'

गेनाची काठी बुडाली होती. गडबडीने मल्याने झटका दिला. गळ रिकामा. ते पाहून हसत भिम्या म्हणाला,

'अरं, इथं कुठं हाईत मासं? आनी मी इथं सकाळधरनं पानी ढवळत बसलुंया. पलीकडच्या कोंडीला जा.'

मानेला झटका देत मल्या म्हणाला, 'छा! इथंच सापडत्याल मासं, ठावं हाय मला. पकडल्यात मी.'

'ठावं हाय, तर बस!' भिम्या म्हणाला, पण थोड्याच वेळात न राहवून तो म्हणाला, 'माझं ऐक म्हाताऱ्याचं, उगीच उनात का तापतोस?'

'ह्यो बघ मासा!' असं म्हणून मल्याने छडीला झटका दिला आणि एक मोठी चिंगळी छडछडत गळाबरोबर वर आली. भिम्या ते बघतच राहिला.

गडबडीने उठून जिथे गळ पडला होता तिथे मल्या धावला. त्याने ती फडफडणारी

चिंगळी पकडून काळजीपूर्वक गळ सोडवला. डोक्याची टोपी काढून ती लांब करून त्याने पिशवी केली आणि त्यात चिंगळी टाकली. त्या चिंगळीकडे बघत गळाला त्याने पुन्हा दानवा लावला. भीम्याकडे वळून तो म्हणाला,

'भीम्या, बघ चिंगळी पकडली.'

'एखादी चिंगळी गावली, तर त्यात आप्रुपाई न्हाई!'

'तर! तुला तरी ती गावलिया काय?'

भीम्या जाळं फेकत खालच्या आवाजात म्हणाला, 'खरं हाय तुझं. सकाळधरनं जाळं टाकून रट्टं दुखावलं पन चिंगळी सुदीक न्हाई बघ.'

मल्याने जशा दोनतीन चिंगळ्या पकडल्या, तसं भीमाचं लक्ष जाळ्यावरून उडालं. एकदा मल्याने मोकळा काढलेला गळ बघून भीम्या त्याला म्हणाला,

'अशी घाई करू नगंस. गेना चांगला बुडाला की मग दे झोला.'

नाक ओढत मल्या म्हणाला, 'तसं केलं की झालंच! माशानं दानवा खाल्ल्यावर झोला देऊन काय करतोस? मी पकडल्यात मासं. मला हाय ठावं.'

'बरं बाबा, तू श्याना.'

'हाईच!' गळ टाकत मल्या म्हणाला. भीम्या काही न बोलता जाळं गोळा करीत होता. त्याच वेळी मल्या म्हणाला,

'गळाव नजर दे भीम्यादा. मुतून येतो.'

गळाच्या दांड्यावर एक दगड ठेवून मल्या पळाला. मल्या परत आला, तेव्हा गळाची काठी वाळळ्या गवतावरून घसरत होती. गेन पार बुडाला होता. मल्याने धावत जाऊन छडी पकडली. तोवर भीम्या ओरडला,

'अरं दे झटका.'

दोन्ही हातात दांडा गच्च धरून मल्याने जोराचा झटका दिला आणि त्या झटक्याबरोबर हातभर लांबीचे मरळीचे बांड पाणी उडवत बाहेर आले आणि पाठीमागच्या दरडीवर रपकन पडले. मल्याचा आनंद गगनात मावत नव्हता. तो तसाच माघारी वळला आणि त्याने ती मरळ पकडली. भीम्या गडबडीने जाळे गुंडाळून बाहेर आला. मरळ बघून भीम्या म्हणाला,

'हे! झकास पकडलास काळा मासा. बायला, गळाला कसा लागला? नशीब लेका तुझं!'

ती मरळ गांधी-टोपीत कोंबत मल्या म्हणाला, 'झटाकाच दिला तसा. उगीच न्हाई बाहेर आली! थांब, आनि दानवा आणतो.'

मल्या दानवा घेऊन आला तेव्हा भीमा त्या टोपीकडं बघतच बसला होता. मल्यानं भीम्याला विचारलं, 'भीम्यादा, तुला कायबी सापडलं न्हाई?'

'न्हाई रं, सकाळधरनं सारी कोंड बघितली, पन एक चिंगळीसुदीक गावली

न्हाई जाव्ळ्याला!'

'कशी सापडंल?'

'का रं?'

'झोपंत टाकल्यागत जाळं टाकतोस. मासे न्हात्यात व्हय? जाळे कसं गपकन टाकलं पायजे.'

'मला सांगू नगस! एक मरळ सापडली न्हाईत तर ग्यान शिकवतोय ठाकराला?'

थोड्याच वेळात भीम्या शांत झाला आणि त्यानं मल्याला विचारले, 'बिडी ओढतोस?'

'दे की.'

भीम्याने दिलेली बिडी ओढत, धूर काढत मल्याने गळ टाकला.

'भीम्यादा जाळं टाकत न्हाईस?'

'कसलं जाळं घेऊन बसलास?'

'मग आज मासं इकनार न्हाईस म्हण की!'

'मला लागलंय पोटाचं आनी तुला इकायचं. इकायसाठी आलोय व्हय इथं? घरात काय सुदीक न्हाई, म्हनूनशान म्हटलं, चार मासं तरी घरला घेऊन जावं. पन तेबी नशिबात न्हाई.'

भीम्या गुडग्यात मान घालून काही क्षण बसला व नंतर मल्याकडे बघत तो म्हणाला,

'मल्या!'

'काय रे?'

'ती मरळ दे मला!'

'आं?'

'तू तरी ती मरळ नेऊन कुणाच्या तोंडाला लावणार?'

मान उडवत, हसत मल्या म्हणाला, 'श्यानाच दिसतोस! मी आनी मासं पकडणार हाय.'

'तसं न्हाई सापडणार मासं.'

'तर बघ आता!'

गेना जरा थरारल्याबरोबर मल्याने झटका दिला आणि गळाबरोबर एक डोकरा छडछडत बाहेर आला. भीम्याचे डोळे फिरायची वेळ आली. डोकरा टोपीत टाकून मल्या परत गळाला दानवा लावू लागला. भीम्या पुरा अस्वस्थ झाला होता. त्याने परत विचारले,

'मल्या, ऐक माझं. मला मासं देऊन टाक. पुढल्या वाराला चार आनं दीन मी तुला.'

'शानाच दिसतोस! मासं इकत घेतोस, आणि जात ठाकराची सांगतोस?'

'जात कुणाची रं काढतोस भाड्या?' म्हणत भीम्यानं तोंडात बिडी धरून उकिडवा बसलेल्या मल्याच्या पाठीत गुद्दा घातला. त्या अनपेक्षित माराने मल्याच्या तोंडची विडी चार हातांवर जाऊन पडली. तो कळवळला. समोरच्या गवतावर तो तोंडघशी पडला आणि गळछडी सुटून पुढे सरकली.

कावराबावरा झालेला मल्या उठला व त्याने पाहिले. भीम्याचे डोळे उन्हाने तांबडे झाले होते. काळ्या चेह्र्यावर पांढर्या मिशा भेसूर दिसत होत्या. भीम्याने आजूबाजूला नजर टाकली. नजरेच्या टप्प्यात कुठे माणूस दिसत नव्हता. त्याने गपकन् ती टोपी उचलली. त्याबरोबर त्याचा कावा लक्षात येऊन मल्या ओरडला, 'भीम्या, माझं मासं दे, सांगून ठेवतो.'

'ठेवल्यात तुझ्या बाचं! जनावरं राखायचं सोडून हे धंदे करतोस? चल गावात, तुझ्या बाला सांगून फोडूनच काढायला लावतो. टीचभर पोर न्हाई, आणि मला गाळी देतंय.'

भीम्याने आपल्या झापडीत त्या चिंगळ्या, मरळ, डोकरा टाकलेला पाहताच मल्याच्या तोंडून हुंदका फुटला. संतापाने त्याने मान वर केली. पण भीम्याची नजर त्याला चुकवता आली नाही. तो रडत म्हणाला,

'माझी टोपी!'

'घे.' म्हणत भीम्याने त्याच्या अंगावर राड झालेला टोपीचा बोळा फेकला.

'भीम्या!'

'बच्या बोलानं जातोस, का घालू लाथ?'

गळछडी उचलून, टोपी झटकन उचलून मागे पाहात जड पावलाने मल्या जात होता. थोड्याच वेळात भीम्याही मासे टाकलेली झापड व जाळं घेऊन गावची वाट चालू लागला. त्या जागेवर पडलेले दोन दानवे मात्र उन्हात वळवळत होते; घट्ट जमिनीत घुसायचा व्यर्थ प्रयत्न करीत होते.

✤

दान

उन्हाच्या रखरखाटात भिंगारवाडीचे शिवार तापत होते. गावाच्या बाहेर असलेल्या माळावरून झळा उठत होत्या. त्या माळावरून गावाकडे येणाऱ्या वाटेवर चिटपाखरूसुद्धा दिसत नव्हते. त्या माळावर पडलेल्या वाटेच्या दोन रुंद तांबड्या चाकोऱ्या दूरवर वळत गेल्या होत्या. भिंगारवाडी गावच्या झाडीच्या सावलीत मुरचुडून बसली होती. पण गावात मात्र गडबड उडाली होती. गावच्या दाजीबा पाटलाच्या घरासमोरच्या अंगणात सडा घातला होता. एक इसम बाहेरच्या दाराव आंब्याचे टाळे लावीत होता. पायरीच्या कडेला चकचकीत पितळी घागर व दोन मोठ्या तपेल्या पाण्याने भरून ठेवलेल्या होत्या. घरातून सारखी वर्दळ सुरू होती. पाचपन्नास माणसे आजूबाजूच्या घरांच्या, झाडांच्या सावलीत उभी राहून पाटलाच्या घराकडे बघत होती.

भिंगारवाडीपासून दोन कोसांवर असलेल्या रावळीच्या खाशाबा पाटलाचा पोरगा हिंदुराव दाजीबा पाटलाच्या पोरीला–चंद्रीला बघायला आज येणार होता. हिंदुरावाचे नाव आटपाडीत गाजले होते. त्या भागात हिंदुरावाचा कुस्तीत हात धरणारा एकही नव्हता. साऱ्या भिंगारवाडीला त्याचे येणे अपूर्वाईचे वाटत होते.

दाजीबा घराच्या आतबाहेर करीत होता; घराबाहेर येऊन रस्त्याकडे नजर टाकीत होता; पुटपुटत होता.

'उनं कलली, आजून कशी आली न्हाईत ही मंडळी?' कुणीतरी म्हणाले. 'अहो, दाजीबा, येतील इतक्यात. ती मानसं काय परकी हाईत व्हय? जुनी पावनीच हाईत ती तुमची. येतील सावकाश.'

दाजीबा क्षणभर घोटाळला आणि परत घरात गेला. तेवढ्यात गावाबाहेर टेहेळणीला ठेवलेले पोर ओरडत आले –

'गाडी आली, गाडी आली!'

दाजीबा गडबडीने बाहेर आला. 'अरं, कुठं हाय गाडी?'

'माळावर आलीया. ईल इतक्यात.'

'किती हाईत गाड्या?'

'एकच हाय.'

तोवर घुंगुरांच्या सरांचा आवाज कानांवर आला. दाजीबाने आपला पटका सारखा केला आणि तो रस्त्याकडे बघू लागला. अमृतमहाल जातीची उमदी पांढरी बैलजोडी जोडलेली, सवारी घातलेली गाडी धुरळा उडवीत येत होती. गाडी खुळखुळत येऊन दारासमोर उभी राहिली. दाजीबा पुढे झाला,

गाडी थांबताच डोक्याला पिवळा फेटा बांधलेले, अंगात चार खिशांचा, पितळी गुंड्या लावलेला खाकी कोट घातलेले, खाशाबा पाटील प्रथम गाडीतून उतरले. आपल्या गलमिश्यांवरून हात फिरवीत त्यांनी आजूबाजूला पाहिले. त्यांच्या पाठोपाठ हिंदुराव गाडीतून उतरला. जवळच्या लोकांच्या माना उंचावल्या. गुलाबी फेटा त्याने चापूनचोपून बांधला होता. अंगात पिवळा कोशाचा शर्ट चमकत होता. त्यावर पेहेलवानी थाटाचे काळे जाकीट खुलून दिसत होते. उंचापुरा, पिळदार शरीराचा हिंदुराव साऱ्यांच्या नजरेत भरला. हिंदुरावाच्या पाठोपाठ त्याचा मित्र गणपत आपला कोट झटकीत उतरला.

दाजीबा पुढे येताच खाशाबाने त्यांना मिठी मारली. त्या मिठीतून सुटत दाजीबा पाया पडण्यासाठी खाली वाकला. त्याला तसे करू न देता, खशाबा म्हणाला, 'हे काय दाजीबा! अरं आपलं नातं आजचं हाय काय? आता जुनं नातं नवं करायला आलो म्हनून काय झालं? तसं बघितलं तर तुझंच घरानं मोटं.'

दाजीबा म्हणाला, 'कसलं मोठं आनि कसलं न्हान! मागचं घेऊन काय करायचं? आता हाय तेच खरं. माझी पोर तुमचा घरात जायची.—तुमीच मानानं मोठं.'

खशाबा पोराकडे वळून म्हणाला, 'हिंदुराव, बघतोस काय? अरं, पाया पड त्येंच्या!'

हिंदुराव दाजीबाच्या पाया पडला. दाजीबा मागे सरत म्हणाला, 'राहू दे, राहू दे.'

हातपाय धुऊन सारे दाजीबाच्या घरात गेले. आतल्या खोलीत अंथरलेल्या पालपट्टीवर ठेवलेल्या तक्क्यांना टेकून खाशाबा, हिंदुराव व गणपत बसले. भिंगारवाडीचे मास्तर व गावची प्रतिष्ठित मंडळी आत येऊन अंग चोरून बसली. हिंदुराव खाली मान घालून बसला होता. घराच्या आतल्या दारांतून, खिडक्यांतून बायका चोरून पाहात होत्या. दाजीबा उठून आत गेला व परत येऊन त्याने खाशाबाला विचारले, 'आत इचारताहेत, बायकामानसं आली न्हाईत?'

खाशाबा हसून म्हणाला, 'मी म्हनलो 'चला' म्हनून. पन त्याच म्हनाल्या, 'जावा तुमीच, आनि या ठरवून.' त्यांनी मागं पोरीला बघितलंय. त्यांच्या मनात लई हाय, पन मीच आजवर कुचमत व्हतो. खरं सांगू? मीबी येनार नव्हतो. पोरगी का परकी हाय ते बघायला यायचं? काय?—'

'असं कसं म्हनून चालंल?' दाजीबा म्हणाला.

'खरं सांगू दाजीबा, आज मी आलो त्यो ह्या हिंदुरावांमुळं. ह्यो म्हनला पोरगी बघिटल्याबिगार आपन लगीन करनार न्हाई. कुस्त्यांच्या फडात धा गावं हिंडलाय नव्हं! तवा मीबी म्हनलो, तिथंच आडलं असेल तर घे बघून! त्यात भीती कसली? काय दाजीबा, खरं की न्हाई?'

खाशाबाच्या दिलखुलास हसण्यात सारे मिसळले. हिंदुराव जास्तच लाजला. त्याच्या चेहऱ्यावर घाम फुटला. तोच आतून चुरमुऱ्याचे लाडू नि तिखटमीठ लावलेल्या चुरमुऱ्याची ताटे भरून बाहेर आली. खाशाबा म्हणाला,

'अरे, हे कशाला केलंस?'

'असं कसं म्हणता? रीतभात हाय ही. हात लावा.'

'बरं बरं! हिंदुराव, तुझा मान हाय गड्या! कर सुरुवात. या मंडळी, करा सुरू.'

सारे पुढे सरकले. चुरमुऱ्यांच्या चिवडा-लाडवांवर तुटून पडले. दाजीबा जवळच्या एका म्हाताऱ्याकडे बोट दाखवून खाशाबाला म्हणाले,

'हे आमच्या गावचे वस्ताद. तालीम हाय. शिकवत्यात चार पोरांना.'

खाशाबा म्हणाला, 'असं का? छान छान! आमच्या हिंदुरावाची कुस्ती बघिटलीसा का नाय?'

तो म्हातारा म्हणाला, 'काय नव्हंच त्ये! चिंचलीच्या फडातली कुस्ती बघितली. लई भारी जोड व्हता. नुसती सलामी झाली, आणि बघता बघता असा डाव टाकला हिंदुरावांनी – चारी मुंड्या चीत!'

'मला न्हाई त्याचं कौतुक!' खाशाबा म्हणाला, 'हाय, खेळतोय बरा. पन जवा कोल्हापूरच्या खासबागंत कुस्ती जिंकंल तवाच मी खरं म्हनीन!'

'आता ते काय लांब हाय व्हय?' तो म्हातारा म्हणाला, 'आज ना उद्या तेबी तुम्हास्नी दावत्याल.'

साऱ्यांनी माना डोलावल्या. हिंदुरावाची छाती फुगली. आलेला चहा निवत होता. खाशाबा म्हणाला, 'दाजीबा, नुसतं खायालाच घालतुयास. पोरगी दाखरनार हाईस का न्हाई, आमच्या हिंदुरावाला?'

सारे घर हसण्याने भरून गेले. हिंदुरावाची छाती धडधडू लागली. कुणाची नजर नाही हे पाहून त्याने आपला घाम टिपला. दाजीबाने आत हाक दिली.

'पोरीला पाठवा.'

हिंदुराव चोरून दाराकडे पाहू लागला. हळूच जाकीट ताणून त्याने साफ केले. आतल्या दारांशी काकणांचा आवाज झाला. हिरवा पदर क्षणभर दिसला. आतून हसण्याच्या आवाजाबरोबर शब्द आले,

'अग जा की! लाजतीयास काय?'

हिंदुरावाची नजर खाली गेली. सारे गप होते. धीर करून हिंदुरावाने मान वर केली. दारात थबकलेल्या मुलीला हिंदुरावाने एकदम पाहिले. नखापासून केसापर्यंत ती एकदम त्याच्या डोळ्यांत मावली. हिंदुराव पाहातच राहिला.

हिरवे नऊवारी लुगडे नेसलेली, सगळ्यांच्याकडे पाहात असलेली, एक दहा-बारा वर्षांची पोरगी तिथे उभी होती. नऊवारी चापूनचोपून नेसवूनही ते लुगडे त्या मुलीला भारी बोजड वाटत होते – गौरीला नेसवलेल्या लुगड्यासारखे. पदर गुडघ्याखाली लोंबत होता. गळ्यांत पुतळ्यांची माळ, टिका, कमरेला चांदीचा पट्टा घातलेली ती मुलगी भेदरून दाराशी उभी होती. दाजीबा म्हणाला,

'ये चंद्रे, ये साऱ्यांच्या पाया पड.'

ती मुलगी आत आली. शिकवल्याप्रमाणे तिने एका कडेने पदर हातात घेऊन वाकून पाया पडायला सुरुवात केली. त्या मुलीला पाहून हिंदुरावाचा जीव गुदमरला. बावळटासारखा तो तिच्याकडे पाहात होता. चंद्री पाया पडताच खाशाबा तिच्या दंडाला धरून कौतुकाने तिच्या गोऱ्या चेहऱ्याकडे पाहात म्हणाला,

'हं, सूनबाई, पुरे झालं आता. बसा इथं.'

त्याबरोबर चंद्री लाजली. खाशाबाच्या हातातून सुटत, हसत-पळत ती आत गेली. बाहेरून पुरुषांचा व आतून स्त्रियांचा एकच हसण्याचा आवाज उठला. ते हसणे थांबल्यावर खाशाबा हिंदुरावाकडे वळून म्हणाला,

'हं, झालं मनासारखं तुझ्या? सांग बघू, काय वाईट हाय पोरगी? लंगडी हाय, का डोळ्यांनी आंधळी हाय? कशी चित्रातल्या भावलीसारखी हाय पोर! काय तरीच येड डोक्यात घ्यायचं. बरं दाजीबा, आता येळ करून भागायचं न्हाई! दिवस मावळायच्या आत गाव गाठला पाहिजे.'

'म्हंजी? आजच जानार? ऱ्हावा की वस्तीला!'

'ह्या: घरात सांगितलंया, लगीन झाल्याबिगर ऱ्हायचं नाही म्हनून!'

सारे स्तब्ध झाले. खाशाबा घसा खाकरून म्हणाला,

'दाजीबा, पोरगी बघितली आम्ही. पसंत हाय आमासनी. आता देन्याघेन्याचं बोल बघू!'

दाजीबा हात जोडून म्हणाला, 'मी काय सांगनार तुमासनी? तुमासनी सारं ठारं हाय. माझी गरिबाची पोर पदरात घेतलीसा तर कुळी उद्धरंल माझी.'

'अरं, पन रीतभात हाय नव्हं!'

'मग तुमीच सांगा की! व्हय! सांगशीला ते घरदार इकून का हुईना, पन कडंला लावीन म्या हे लगीन. तुमच्या शब्दाबाहीर जायचं न्हाई मला.'

खाशाबा दाजीबाला मिठी मारून डोळ्यांत पाणी आणून त्याची पाठ थोपटीत म्हणाला.

'पोचलं! सारं पोचलं! लाख मोलाची पोर दिलीस. सारं मिळालं आमास्नी. अक्षता टाकून देशील नव्हं? मग झालं तर! आन साखर वाट साऱ्यास्नी म्हंजे झालं.'

हिंदुराव आणि त्याचा मित्र गणपत बसल्या जागी चुळबुळत होते. गणपत धीर करून म्हणाला,

'पन काका, थोडं दीस थांबलं तर न्हाई का चालायचं?'

'का रं?' खाशाबाने डोळे वटारून विचारले.

'न्हाई, शारदा कायदा हाय... म्हनून...'

'गप!' खाशाबा डाफरून बोलला, 'कायदा परक्यास्नी. आमास्नी नव्हं! पोरीचा बाप तू का ह्यो? ह्यो म्हनला माझी पोर पंधरा वर्सांची हाय, तर काय न्हाई म्हननार तू? आना रं ताटं.'

समोर आलेल्या ताटातून हिंदुरावाने साखरेची चिमूट तोंडात टाकली. साखर घेऊन खशाबा उठून उभा राहिला. दाजीबाच्या डोळ्यांतून अश्रू ओघळू लागले. खाशाबा म्हणाला,

'कवा लगीन करायचं त्ये तुझं तू ठरव आनि कळव आमास्नी. आमी अक्षता टाकून घेऊन जाऊ परत.'

दाजीबाच्या पाया पडून हिंदुराव गाडीत बसला. पाठोपाठ गणपत, खाशाबा गाडीत चढले. दाजीबा वेशीपर्यंत गाडीबरोबर आले, आणि नंतर माघारी गेले.

घुंगरांच्या तालावर बैल घरच्या ओढीने धावत होते. हिंदुराव नि गणपत गप बसले होते. गाडी खडखडत होती. खाशाबा म्हणाला,

'का रं पोरांनो? गप का? येताना कसे चुरूचुरू बोलत व्हता? आनि आताच का गप? बोला की.'

तरी ते दोघे गपच.

खाशाबा गणपतला म्हणाला, 'अरं, तो लाजतुंया त्याचं लगीन ठरलं म्हनून. पन तुला काय झालं गप बसायला! तुझंबी लगीन ठरलं का काय?'

'काका—'

'काय रं?'

'काय न्हाई.'

'बोल की!'

'आपल्या हिंदुरावाच्या मानानं मुलगी लई न्हान न्हाई वाटत?'

'मग तेवढीच न्होनार हाय का काय ती? का ह्यो म्हातारा व्हिनार हाय? आं? आताच कुठं ह्यो फड जिंकायला लागलाय! मोठी बायकू करून येवढ्यातच त्यो का उताना पडून माती खाऊ दे? खेळू दे आनि चार-पाच वर्सं.'

गाडी गावाजवळ आली तसा हिंदुराव धीर करून म्हणाला,

'आबा मी उतरतो. जरा पाय मोकळे करतो.'

'कर कर! थांबव रे गाडी.'

गाडी थांबताच हिंदुराव उतरला. पाठोपाठ गणपत उतरू लागला. त्याला थांबवीत खाशाबा म्हणाला,

'तू चल संगं. देवाला नारळ-पेढे ठिवायचे हाईत.'

गणपत गाडीत बसून राहिला. गाडी चालू लागली. सूर्य मावळत होता. हिंदुराव गाडी दिसेनाशी होईपर्यंत गाडीकडे बघत होता. गाडी दिसेनाशी झाल्यावर हिंदुरावाचे लक्ष गावाकडच्या महादेवाच्या देवळाकडे गेले. देवळात न जाता बाहेरूनच त्याने देवाला हात जोडले, आणि तो पायरीवर विचार करीत मिशा कुरतडत बसला, आणि देवावरचा बेल खाण्यासाठी गाभाऱ्यात गेलेले एक पालवे पायरीवरच्या हिंदुरावाला बुजून जोराने ओरडू लागले.

❖